விசாவிற்காக காத்திருக்கிறேன்

'இவை டாக்டர். அம்பேத்கரின் சொந்தக் கையெழுத்தில் வரையப்பட்ட நினைவலைகள். மக்கள் கல்விக் கழகத்தின் சேகரிப்பில் இருந்த இக்குறிப்புகள் 19 மார்ச், 1990இல் சிறு நூலாகக் கழகத்தால் வெளியிடப்பட்டது.'

– தொகுப்பாசிரியர்

விசாவிற்காக காத்திருக்கிறேன்

டாக்டர். பாபாசாகேப் அம்பேத்கர்

தமிழில்

பூ.கொ. சரவணன்

எதிர் வெளியீடு

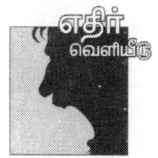

விசாவிற்காக காத்திருக்கிறேன்
டாக்டர். பாபாசாகேப் அம்பேத்கர்
தமிழில்: பூ.கொ. சரவணன்

முதல் பதிப்பு: ஜூலை 2023
இரண்டாம் பதிப்பு: செப்டம்பர் 2024

எதிர் வெளியீடு,
96, நியூ ஸ்கீம் ரோடு, பொள்ளாச்சி - 642 002
தொலைபேசி: 04259 226012, 99425 11302

விலை: ரூ. 70

Vicavirkaka kattirukkiren
Waiting for a Visa
Dr. Babasaheb Ambedkar
Translated by Poo.Ko. Saravanan

First Edition: July 2023
Second Edition: September 2024

Published by
Ethir Veliyeedu, 96, New Scheme Road, Pollachi - 2
email: ethirveliyedu@gmail.com
www.ethirveliyeedu.com

ISBN: 978-81-964046-1-1
Cover Design: Negizhan
Printed at Jothy Enterprises, Chennai.

All rights reserved. No part of this book may be reprinted or reproduced or utilised in any form or by any electronic, mechanical or other means, now known or hereafter invented, including Photocopying and recording, or in any information storage or retrieval system, without permission in writing from the Publisher.

வெளிநாட்டினருக்குத் தீண்டாமை நிலவி வருவது ஐயத்துக்கு இடமின்றித் தெரியும். ஆனால், தீண்டாமை நிலவி வரும் பகுதிக்கு அருகில் அவர்கள் வாழாததால், நடைமுறையில் அது எத்தகைய ஒடுக்குமுறைமிக்கதாகத் திகழ்கிறது என அவர்களால் உணர முடியவில்லை. பெரும் எண்ணிக்கையிலான இந்துக்கள் வாழும் கிராமத்தின் விளிம்புப் பகுதியில் எப்படிச் சில தீண்டப்படாதோர் வாழ்கிறார்கள் என அவர்களுக்குப் புரியவில்லை. அவர்கள் எப்படிக் கிராமத்தின் சகிக்கவே முடியாத கழிவுகளை அனுதினமும் அகற்றிவிட்டு, அக்கிராமத்தினர் அனைவரின் ஏவல்களுக்கும் அடிபணிந்து உழல்கிறார்கள் என்றும், இந்துக்களின் வாசல்களில் நின்று சோறு வாங்கிவிட்டு, இந்து பனியாக்களின் கடைகளில் எட்டநின்றபடி மசாலாவும், எண்ணெய்யும் வாங்குகிறார்கள் என்றும் பிடிபடவில்லை. எல்லா வகையிலும் கிராமத்தைத் தங்களின் சொந்த மண்ணாகக் கருதினாலும், கிராமத்தைச் சேர்ந்த எவரொருவரையும் ஒருபோதும் தொடமுடியாதபடியும், எவரொருவராலும் தீண்டப்படாமலும் அவர்களால் எப்படி இருக்க முடிகிறது என்பதும் வெளிநாட்டினருக்கு விளங்கவில்லை. சாதி இந்துக்களால் தீண்டப்படாதோர் எப்படி நடத்தப்படுகிறார்கள் என்பதைத் தெளிவாகப் புரியும்படி எப்படி விளக்குவது என்பதே நம்முன் உள்ள பிரச்சினையாகும். இந்நோக்கத்தை அடைந்தேற, பொதுவாக விவரித்துச் செல்வது, தீண்டப்படாதோர் எப்படி நடத்தப்படுகிறார்கள் என்பதைக் காட்டும் நிகழ்வுகளைப் பதிவு செய்வது எனும் இரு வழிமுறைகள் உள்ளன. பொதுவாக விவரிப்பதை விட நிகழ்வுகளைக் கவனப்படுத்துவது மேலானதாக இருக்கும் என உணர்ந்திருக்கிறேன். இந்த நிகழ்வுகளைத் தேர்வு செய்கையில், சில பகுதிகள் என்னுடைய அனுபவங்களாகவும், பிற பகுதிகள் பிறரின் அனுபவங்களாகவும் இருக்குமாறு அமைத்துக் கொண்டேன். என்னுடைய சொந்த வாழ்வில் நிகழ்ந்த நிகழ்வுகளோடு தொடங்குகிறேன்.

பகுதி ஒன்று

எங்கள் குடும்பம் பம்பாய் மாகாணத்தின் ரத்னகிரி மாவட்டத்தில் உள்ள டாபோலி வட்டத்தைப் பூர்வீகமாகக் கொண்டது. கிழக்கிந்திய கம்பெனியின் ஆட்சி தொடங்கிய ஆரம்பக் காலத்தில் இருந்தே என்னுடைய மூதாதையர்கள் தங்களுடைய பரம்பரைத் தொழிலை விட்டு வெளியேறி கம்பெனியின் இராணுவத்தில் பணியாற்றினார்கள். என் தந்தையும் குடும்ப மரபின் அடியொற்றி இராணுவத்தில் இணைந்தார். அவர் அதிகாரியாகப் பதவி உயர்வு பெற்றதோடு, ஓய்வு பெறும்போது சுபேதாராகப் பதவி வகித்தார். என் அப்பா ஓய்வு பெற்றதும், டாபோலியிலேயே தங்கிவிடலாம் என்கிற எண்ணத்தோடு குடும்பத்தை அழைத்துச் சென்றார். ஏதோ சில காரணங்களுக்காகத் தன்னுடைய மனதை மாற்றிக்கொண்டார். எங்களின் குடும்பத்தோடு டாபோலியில் இருந்து சத்தாராவுக்கு இடம்பெயர்ந்து அங்கேயே 1904-வரை வாழ்ந்தோம். என் நினைவோட்டத்தில் முதலில் வரும் சம்பவத்தையே முதல் நிகழ்வாகப் பதிவு செய்கிறேன். அந்நிகழ்வு 1901-ஆம் ஆண்டு வாக்கில் நாங்கள் சத்தாராவில் வசித்து வந்தபோது நடந்தது. அப்போது என் அம்மா இறந்திருந்தார். அதே காலத்தில் சத்தாரா மாவட்டத்தின் கதவ் வட்டத்தில் உள்ள கோரேகான் எனும் ஊரில் பம்பாய் அரசானது பஞ்சத்தில் செத்துக் கொண்டிருந்த பல்லாயிரம் மக்களுக்கு வேலை தரும் பொருட்டுக் குளம்

ஒன்றை வெட்டத் தொடங்கியது. இந்த ஊரில் என் அப்பா காசாளராகப் பணியாற்றிக் கொண்டிருந்தார். என் அப்பா கோரேகானில் வேலை பார்க்கக் கிளம்பியபோது, நான், என்னுடைய அண்ணன், ஏற்கனவே இறந்து போயிருந்த என் அக்காவிற்குப் பிறந்திருந்த இரு மகன்கள் ஆகிய அனைவரையும் என் அத்தை மற்றும் கருணைமிக்கச் சில பக்கத்து வீட்டுக்காரர்கள் பொறுப்பில் விட்டுவிட்டுச் சென்றார். நான் அறிந்தவர்களிலேயே என்னுடைய அத்தைதான் கனிவுமிக்கவர் என்றாலும், அவரால் எங்களுக்கு ஒரு பயனும் இல்லை. அத்தை குள்ளமானவர் என்பதோடு, அவருடைய காலில் ஏதோ பிரச்சினை இருந்தது. அதனால், பிறரின் உதவி இல்லாமல் அவரால் வெளியே தனியே நகர்வது என்பதே பெரும்பாடாக இருந்தது. அடிக்கடி அவரைக் குண்டுகட்டாகத் தூக்கிச் செல்ல வேண்டியிருந்தது. எனக்கு அக்காக்கள் இருந்தார்கள். அவர்களுக்குத் திருமணமாகி அவரவர் குடும்பத்தோடு வாழ்ந்து வந்தார்கள். தன்னுடைய உடல்நிலையால் அத்தையால் சமைக்க இயலாத நிலையில், எங்கள் உணவை நாங்களே சமைத்துக் கொள்வது சவாலானது. நான்கு குழந்தைகளும் பள்ளிக்கும் சென்றுவிட்டு, எங்களுக்கான உணவை நாங்களே சமைத்துக் கொண்டோம். எங்களால் ரொட்டிகூட சுட முடியவில்லை. அரிசியையும், ஆட்டுக்கறியையும் ஒன்றாய்ச் சேர்த்துச் சமைப்பதைத் தவிர வேறொன்றும் தேவைப்படாத, தயாரிக்க எளிமையான புலாவ் உணவை சமைத்து உண்டு வாழ்ந்து வந்தோம்.

என் அப்பா காசாளராக இருந்ததால், அவரால் வேலை பார்க்கும் இடத்தை விட்டு சத்தாரா வரை வந்து எங்களைப் பார்க்க முடியாது. இதனால், எங்களை கோரேகானுக்குக் கிளம்பி வந்து கோடை விடுமுறையைத் தன்னோடு கழிக்குமாறு அப்பா கடிதம் எழுதியிருந்தார்.

நாங்கள் ஒருவரும் அதுவரை தொடர்வண்டித் துறையின் இரயில் எப்படி இருக்கும் என்று நேரில் கண்டதில்லை. இதனால், அப்பாவின் அழைப்பினைக் கண்டு எல்லாக் குழந்தைகளும் அகமகிழ்ந்து போனோம்.

தடபுடலாகத் தயாரிப்புகள் நடைபெற்றன. ஆங்கில முறையிலான புதிய சட்டைகள், பளிச்சென்று மின்னும் வேலைப்பாடுள்ள தொப்பிகள், புத்தம் புதிய பட்டுக்கரையுள்ள வேட்டிகள் என அனைத்தும் பயணத்துக்காக வாங்கப்பட்டன. நாங்கள் எப்படிப் பயணிக்க வேண்டும் என்பது குறித்த எல்லாத் தகவல்களையும் அப்பா வழங்கியிருந்தார். நாங்கள் ஊருக்கு என்றைக்கு வருகிறோம் என்று அவருக்குத் தகவல் தெரிவிக்கச் சொல்லியிருந்தார். தன்னுடைய சிப்பந்தியை அனுப்பி வைத்து, எங்களைத் தொடர்வண்டி நிலையத்திலேயே கண்டுகொண்டு கோரேகானுக்கு அழைத்துச் செல்ல வசதியாக இருக்கவே இப்படி ஓர் ஏற்பாடு. திட்டப்படி, நான், என்னுடைய அண்ணன், அக்காவின் மகன்களில் ஒருவன் சத்தாராவில் இருந்து கிளம்பினோம். எங்கள் அத்தையைப் பக்கத்து வீட்டுக்காரர்களின் பொறுப்பில் விட்டுவிட்டு வந்தோம். அவர்கள் அத்தையை நன்றாகப் பார்த்துக் கொள்வதாக உறுதி அளித்திருந்தார்கள். எங்கள் வீட்டில் இருந்து தொடர்வண்டி நிலையம் பத்து மைல் தொலைவில் இருந்தது. எனவே, எங்களைத் தொடர்வண்டி நிலையத்திற்கு அழைத்துச் செல்ல டோங்கா (ஒற்றைக் குதிரை பூட்டிய வண்டி) வந்தது. நாங்கள் பயணத்திற்காக என்று எடுக்கப்பட்ட புத்தாடைகளை அணிந்திருந்தோம். வீட்டைவிட்டு பேருவகையோடு கிளம்பினோம் என்றாலும், நாங்கள் பிரிந்து செல்வதால் ஏற்பட்ட துயரம் தாங்காமல் அத்தை ஏறத்தாழ தரையில் புரண்டு அழுதார்.

தொடர்வண்டி நிலையத்தை அடைந்ததும் என் அண்ணன் பயணச்சீட்டுகளை வாங்கியதோடு, எனக்கும், அக்கா மகனிற்கும் ஆளுக்கு இரண்டணாக்கள் விரும்பியபடி செலவு செய்வதற்காகத் தந்தார். உடனடியாக நாங்கள் எங்களுடைய ஆடம்பர வாழ்க்கையை வாழத் தொடங்கினோம். ஆளுக்கொரு எலுமிச்சை பான பாட்டிலை வாங்கிக் கொண்டோம். சில நிமிடங்களில், தொடர்வண்டி விசில் ஒலி எழுப்பியவண்ணம் நுழைந்தது. எங்கே எங்களை விட்டுவிட்டு ரயில் கிளம்பிவிடுமோ என்கிற அச்சத்தில் உடனடியாக வண்டியேறினோம். கோரேகானிற்கு அருகில் உள்ள மசூர் தொடர்வண்டி நிலையத்தில் இறங்குமாறு அறிவுறுத்தப்பட்டு இருந்தோம்.

மாலை ஐந்து மணி வாக்கில் வண்டி மசூரில் நின்றதும் நாங்கள் எங்கள் பெட்டி படுக்கைகளோடு இறங்கினோம். தொடர்வண்டியை விட்டு இறங்கிய பயணிகள் அனைவரும் சில நிமிடங்களில் தங்களுடைய இடங்களுக்குச் சிட்டாகப் பறந்துவிட்டார்கள். நாங்கள் நான்கு குழந்தைகள் மட்டும் என் அப்பாவோ அல்லது அவர் அனுப்புவதாக வாக்களித்து இருந்த வேலையாளோ வருவார் என்று வழிமேல் விழிவைத்துப் பார்த்துக் கொண்டிருந்தோம். வெகுநேரம் காத்திருந்தும் யாரும் வரவில்லை. ஒரு மணிநேரம் கடந்துவிட்ட நிலையில், மசூர் நிலையத்தின் மாஸ்டர் எங்களை விசாரிக்க வந்தார். எங்களுடைய பயணச்சீட்டுகளைக் காட்ட சொன்னார். நாங்கள் அவற்றைக் காட்டினோம். பின் ஏன் இங்கேயே தங்கிவிட்டோம் என்று வினா எழுப்பினார். நாங்கள் எல்லாம் கோரேகான் செல்ல வேண்டும், எங்கள் தந்தையோ அல்லது அவருடைய வேலையாளோ வருவதற்காகக் காத்துக் கொண்டிருக்கிறோம். ஆனால், ஒருவரும் வரவில்லை என்பதோடு, எப்படிக் கோரேகான் சென்று சேர்வது என்றும் எங்களுக்குத் தெரியவில்லை என்று

பதிலளித்தோம். நாங்கள் நன்றாக ஆடை உடுத்தியிருந்த குழந்தைகள். எங்களுடைய ஆடைகள், பேச்சு வழக்கினைக் கொண்டு நாங்கள் தீண்டப்படாதோரின் குழந்தைகள் என்று ஒருவராலும் கண்டுபிடிக்க முடியாது. உண்மையில், தொடர்வண்டி நிலையத்தின் மாஸ்டர் நாங்கள் பிராமண வீட்டுக் குழந்தைகள் என்று உறுதியாக நம்பியதோடு, எங்களின் பரிதாபகரமான நிலையைக் கண்டு பெருமளவில் மனமுடைந்து போனார். இந்துக்களின் பொதுவான வழக்கத்திற்கு ஏற்ப நாங்கள் எந்தச் சாதியினர் என்று கேட்டார். நான் உடனடியாக எந்த முன்யோசனையும் இன்றி, நாங்கள் மகர்கள் என்று உளறிக் கொட்டிவிட்டேன். (பம்பாய் மாகாணத்தில் தீண்டப்படாதோர்களாக நடத்தப்படும் சமூகங்களில் ஒன்றே மகர் ஆகும்) அவர் அதிர்ந்து போனார். அவருடைய முகம் திடீரென்று மாறியது. அவரை வினோதமான அருவருப்பு உணர்வொன்று ஆட்கொள்வதைக் கண்டோம். என்னுடைய பதிலைக் கேட்டதும் அவர் தன்னுடைய அறைக்குள் சென்றுவிட்டார். நாங்கள் இருந்த இடத்திலேயே நின்று கொண்டிருந்தோம். பதினைந்து, இருபது நிமிடங்கள் கடந்திருக்கும். சூரியன் மறையத் தொடங்கிவிட்டது. அப்பாவின் முகமோ, அவரின் வேலையாளோ தென்படவில்லை என்பதோடு நிலையத்தின் மாஸ்டரும் எங்களைத் தன்னந்தனியே விட்டுவிட்டுப் போய்விட்டார். நாங்கள் ஒருமாதிரி கலங்கிப் போயிருந்தோம். ஊருக்குக் கிளம்பியபோது ததும்பிய உற்சாகமும், மகிழ்ச்சியும் வற்றிப்போய்ச் சோகமயமாக உணர்ந்தோம்.

அரைமணி நேரம் கழித்து நிலையத்தின் மாஸ்டர் திரும்பி வந்தார். நாங்கள் என்ன செய்யப்போகிறோம் என்று வினவினார். வாடகைக்கு ஒரு மாட்டுவண்டியை அமர்த்திக் கொண்டு கோரேகான் போக முடியும் என்றால், அப்படியே செய்ய எண்ணியிருப்பதாகவும்

கோரேகான் வெகுதொலைவு இல்லையெனில் பொடிநடையாக நடந்தே செல்ல விரும்புவதாகவும் தெரிவித்தோம். வாடகைக்கு அமர்த்திக்கொள்ளப் பல மாட்டுவண்டிகள் தயாராக நின்றன. ஆனால், நாங்கள் மகர்கள் என்று நிலைய மாஸ்டரிடம் நான் தெரிவித்தது வேகமாகப் பரவிவிட்டது. ஆகவே, அவர்களில் யாரும் தீண்டப்படாத வகுப்பைச் சேர்ந்த பயணிகளை ஏற்றிச் சென்று தீட்டுப்படவோ, தங்களைத் தரந்தாழ்த்திக் கொள்ளவோ தயாராக இல்லை. நாங்கள் இருமடங்கு வாடகை தரத் தயாராக இருந்தோம். ஆனால், பணத்தால் காரியம் கைகூடாது என்று விரைவில் புரிந்து கொண்டோம். எங்களின் சார்பாக வண்டி அமர்த்த முயன்று கொண்டிருந்த நிலையத்தின் மாஸ்டர் என்ன செய்வது என்று புரியாமல் அமைதியாக நின்றுகொண்டிருந்தார். திடீரென்று அவரின் மண்டைக்குள் ஒரு பொறி தட்டியது. அவர் எங்களை நோக்கி, "உங்களால் வண்டி ஓட்ட முடியுமா?" என்று கேட்டார். எங்களுடைய கஷ்டத்தைக் களையும் தீர்வொன்றை அவர் கண்டுபிடித்துவிட்டார் என உணர்ந்துகொண்ட நாங்கள், ஒருமித்த குரலில், "ஆம், எங்களால் முடியும்" என்றோம். இந்தப் பதிலைக் கேட்டதும், எங்களின் சார்பாக வண்டிக்காரர்களிடம் சென்று நாங்கள் இருமடங்கு கட்டணம் தருவதோடு, வண்டியை நாங்களே ஓட்டிக்கொள்ள வேண்டும். மேலும், வண்டியோட்டி வண்டியின் பின்னால் நடந்து சென்றால் போதுமானது என்றார். இந்த யோசனையை, தனக்குத் தீட்டு எதுவும் ஏற்படாமல் காப்பதோடு, இருமடங்கு சம்பாதிக்கும் வாய்ப்பையும் வழங்கியதால் வண்டிக்காரர் ஒருவர் ஏற்றுக்கொண்டார்.

அப்போது மணி மாலை 6.30 இருக்கும். நாங்கள் புறப்படத் தயாராக இருந்தோம். இருட்டுவதற்கு முன்பு கோரேகான் சென்று சேர முடியும் என்று

உறுதிப்படுத்திக் கொள்ளாமல், தொடர்வண்டி நிலையத்தை விட்டு வெளியேற கலக்கத்தோடு தயங்கினோம். எனவே, வண்டிக்காரரிடம் கோரேகான் எவ்வளவு தொலைவு, சென்றடைய எத்தனை காலம் பிடிக்கும் என்று கேள்விகள் கேட்டோம். அவர் மூன்று மணி நேரத்திற்கு மேல் ஆகாது என்று உறுதியளித்தார். அவரின் வார்த்தையை நம்பி எங்களுடைய பெட்டி, படுக்கைகளை வண்டியில் ஏற்றிவிட்டு, நிலையத்தின் மாஸ்டருக்கு நன்றி கூறிவிட்டு, வண்டிக்குள் ஏறினோம். எங்களில் ஒருவர் வண்டியை செலுத்த, வண்டிக்காரர் உடன்வர வண்டி நகர ஆரம்பித்தது.

தொடர்வண்டி நிலையத்திற்குச் சற்றுத் தொலைவில் ஆறொன்று ஓடிக்கொண்டு இருந்தது. அந்த ஆறு பெரும்பாலும் வற்றிப் போயிருந்தது. சில இடங்களில் மட்டும் நீர் சிறுகுட்டைகளாகத் தேங்கி நின்றது. இரவில் பயணப்பாதையில் வேறெங்கும் நீர் கிடைப்பது அரிது என்பதால், வண்டியோட்டி வண்டியை அங்கே நிறுத்திவிட்டு இரவுணவை முடித்துக் கொள்ளுமாறு கூறினார். நாங்கள் ஒப்புக்கொண்டோம். அவருக்குரிய கட்டணத்தில் ஒரு பகுதியைத் தந்தால், தான் கிராமத்தில் போய் உணவுண்ண வசதியாக இருக்கும் என்றார். அண்ணன் கொஞ்சம் பணம் தந்ததும் விரைவில் வந்துவிடுவதாகச் சொல்லிவிட்டு அகன்றார். எங்களுக்குக் கொலைப்பசி எடுத்தது. சாப்பிடுவதற்கு வாய்ப்புக் கிடைத்தது என்று மகிழ்ந்தோம். எங்கள் அத்தை அண்டைவீட்டுப் பெண்களை எல்லாம் வற்புறுத்திப் பயணத்தின்போது நாங்கள் உண்பதற்கு என்று சுவையான உணவுப் பண்டங்களைத் தயாரித்து அனுப்பியிருந்தார். உணவுக்கூடையைத் திறந்து சாப்பிட ஆரம்பித்தோம். உணவை விழுங்க தண்ணீர் தேவைப்பட்டது. ஆகவே, ஆற்றுப்படுகையின் குட்டை ஒன்றை அருகாமையில் கண்டுகொண்டோம்.

அதில் இருந்த நீர் தண்ணீரே இல்லை. அது மண் மண்டிக்கிடந்தது. மேலும், குட்டையில் நீர் பருக வரும் பசு, எருமை, பிற விலங்குகளின் மூத்திரமும், சாணமும் அப்பிக் கிடந்தது. அக்குட்டையின் நீர் மனிதர்களின் பயன்பாட்டுக்கானதே அல்ல என்று தெரிந்தது. நீரில் வீசிய துர்நாற்றம் அதனைக் குடிக்க விடாமல் தடுத்தது. ஆகவே, அதோடு வயிறார உண்ணாமல் பாதியிலேயே சாப்பாட்டை மூடிவைத்துவிட்டு, வண்டியோட்டியின் வருகைக்காகக் காத்திருந்தோம். அவரோ வெகுநேரம் வரை வந்து சேரவில்லை. அவரை எல்லாத் திசைகளிலும் தேடிக்கொண்டே இருப்பதைத் தவிர வேறொன்றும் செய்ய முடியவில்லை. ஒருவழியாக அவர் வந்து சேர்ந்ததும் பயணத்தைத் தொடங்கினோம். நாங்கள் நான்கைந்து மைல்களுக்கு வண்டியை ஓட்டிச் செல்ல, அவர் பொடிநடையாகப் பின்தொடர்ந்தார். திடீரென்று அவர் வண்டிக்குள் குதித்து, கடிவாளத்தை எங்கள் கைகளில் இருந்து பிடுங்கி செலுத்த ஆரம்பித்தார். எங்கே தீட்டுப்பட்டுவிடுவோமோ என்று அஞ்சி தன்னுடைய வண்டியை வாடகைக்குத் தர மறுத்த அதே மனிதர் தன்னுடைய மதம் ஒழுக்கம் என்று விதித்துள்ளவற்றை எல்லாம் புறந்தள்ளி எங்களோடு ஒரே வண்டியில் சேர்ந்து பயணிக்கத் துணிந்த நடத்தை விந்தையாக இருந்தது. ஆயினும், எந்தக் கேள்வியையும் கேட்க எங்களுக்குத் தைரியமில்லை. எவ்வளவு சீக்கிரம் முடியுமோ அவ்வளவு விரைவாகக் கோரேகான் சென்று சேர வேண்டும் என்கிற தவிப்பில் அல்லாடினோம். கொஞ்ச நேரத்திற்கு வண்டியின் ஓட்டத்தில் ஆர்வம் காட்டினோம். ஆனால், விரைவில் எங்களைச் சுற்றி எங்கும் இருள் சூழ்ந்து கொண்டது. இருட்டை விரட்டத் தெருவிளக்குகள் எதுவும் இல்லை. ஆண்களோ, பெண்களோ மட்டுமல்ல, கால்நடைகள் கூட அந்தப் பாதையில் செல்லவில்லை. எங்களைச் சூழ்ந்து கொண்ட

தனிமையைக் கண்டு அஞ்சினோம். எங்களுடைய பதைபதைப்புக் கூடிக்கொண்டே போனது. மீதமிருந்த கொஞ்சநஞ்சத் துணிவையும் திரட்டிக்கொண்டோம். மசூரை விட்டு நெடுந்தூரம் கடந்திருந்தோம். மூன்று மணி நேரத்துக்கும் மேல் காலங்கடந்து இருந்தது. கோரேகான் கண்ணுக்கு எட்டிய தூரம் வரை தென்படவில்லை. பயங்கரமான எண்ணம் ஒன்று எங்களைப் பீடித்துக் கொண்டது. வண்டிக்காரர் எங்களை ஏமாற்றி, ஆள் நடமாட்டம் இல்லாத இடத்திற்கு அழைத்துச் சென்று தீர்த்துக் கட்ட திட்டமிட்டு இருப்பதாக ஐயப்பட்டோம். நாங்கள் ஏராளமான தங்க நகைகளை அணிந்திருந்தது எங்களுடைய சந்தேகத்தை வலுப்படுத்தியது. கோரேகான் இன்னும் எவ்வளவு தூரம் என்று நாங்கள் கேட்க ஆரம்பித்துவிட்டோம். ஏன் இவ்வளவு நேரம் ஆகிறது என்றும் துளைத்து எடுக்க ஆரம்பித்தோம். அவரும், “ரொம்பத் தூரம் எல்லாமில்லை. சீக்கிரம் போய்ச் சேர்ந்திருவோம்” என்று சொல்லிக்கொண்டே இருந்தார். இரவு பத்து மணி ஆகியிருக்கும். கோரேகான் வருவதற்கான சுவடு துளிகூடத் தெரியவில்லை என்று புலப்பட்டதும் எல்லாச் சிறுவர்களும் அழுது ஆர்ப்பாட்டம் செய்ததோடு, வண்டியோட்டியை வசைபாடத் தொடங்கிவிட்டோம். எங்களுடைய ஒப்பாரியும், புலம்பல்களும் நெடுநேரம் நீடித்தன. வண்டியோட்டி எதுவும் பதில் சொல்லவில்லை. திடீரென்று சிறிது தூரத்தில் விளக்கு எரிவதைக் கண்டோம். வண்டியோட்டி, “அந்த வெளிச்சம் தெரிகிறதா? அது சுங்கம் வசூலிப்பவரின் விளக்காகும். அங்கே நாம் இன்றிரவு ஓய்வெடுப்போம்” என்றார். எங்களுக்குச் சற்றே நிம்மதியாக இருந்தது. ஒருவாறு அழுவதை நிறுத்திக்கொண்டோம். விளக்கு வெளிச்சம் வெகுதொலைவில் இருந்தது. அதனை எங்களால் அடைந்திடவே இயலாது என்று தோன்றியது. சுங்கம்

வசூலிப்பவரின் குடிசையை அடைய எங்களுக்கு இரண்டு மணிநேரம் பிடித்தது. இந்தக் கால இடைவெளி எங்களுடைய பதற்றத்தைப் பெருக்கியதால், ஏன் அங்கே சென்று சேர நேரமாகிறது, நாம் அதே சாலையில்தான் போகிறோமா என்று பல்வேறு கேள்விகளை வண்டியோட்டியை நோக்கி தொடுத்துக் கொண்டிருந்தோம்.

இறுதியாக, நள்ளிரவு சுங்கம் வசூலிப்பவரின் குடிசையை வண்டி சென்றடைந்தது. அக்குடிசை ஒரு குன்றின் அடிவாரத்தில் அமைந்திருந்ததெனினும், குன்றுக்கு மறுபுறத்தில்தான் அக்குடிசை இருந்தது. அங்கே இரவு ஓய்வுக்காகத் தங்கிவிட்ட அநேக மாட்டுவண்டிகளைக் கண்டோம். எங்களுக்குப் பயங்கரமாகப் பசித்தது. சாப்பிட்டே ஆக வேண்டும் என்று விரும்பினோம். ஆனால், மீண்டும் தண்ணீருக்கு எங்கே போவது என்கிற கேள்வி எழுந்து நின்றது. ஆகவே, எங்கள் வண்டியோட்டியிடம் எங்கேயாவது தண்ணீர் முகர்ந்து வந்து தரமுடியுமா என்று கேட்டோம். அவரோ சுங்கம் வசூலிப்பவர் இந்து, அவரிடம் நாங்கள் மகர்கள் என்கிற உண்மையைச் சொன்னால் சொட்டுத் தண்ணீர்கூடக் கிடைக்காது என்று எச்சரித்தார். அவர், “நாங்கள் முகமதியர்கள் என்று சொல்லிப்பாருங்கள். உங்களுக்கு அதிர்ஷ்டம் இருக்கிறதா எனப் பார்ப்போம்” என்று சொன்னார். அவரின் அறிவுரைப்படி சுங்கம் வசூலிப்பவரின் குடிசைக்குச் சென்று கொஞ்சம் தண்ணீர் தர முடியுமா என்று கேட்டேன். “நீ யாரு?” என்று அவர் கேட்டார். நாங்கள் முசல்மான்கள் என்று பதிலளித்தேன். அவருக்குச் சந்தேகம் வரக்கூடாது என்று உண்மையான முஸ்லிமைப் போல உருதுவில் உரையாற்றினேன். என்னுடைய வித்தை பலிக்கவில்லை. “உனக்கெல்லாம் யார் தண்ணி வெச்சிருக்கா? மலை மேலே தண்ணி இருக்கு. வேணும்னா அங்கே போய்ப்

பிடிச்சுக் குடி. என்கிட்டே எல்லாம் தண்ணி இல்லை" என்று சொல்லி என்னை விரட்டியடித்தார். நான் வண்டிக்குத் திரும்பி என் அண்ணனிடம் அவருடைய பதிலை அப்படியே சொன்னேன். என் அண்ணன் எப்படி உணர்ந்தான் என்று எனக்குத் தெரியாது. அவன் என்னைப் படுத்துறங்க மட்டும் சொன்னான்.

மாடுகள் நுகத்தடியில் இருந்து அவிழ்க்கப்பட்டுக் கட்டப்பட்டன. மாட்டுவண்டி தரையில் சாய்த்து வைக்கப்பட்டது. வண்டியின் உள்ளே அடிப்பகுதியில் இருந்த மரப்பலகைகளில் படுக்கைகளை விரித்து, அதன் மீது படுத்து ஓய்வெடுத்தோம். பாதுகாப்பான ஒரு இடத்திற்கு வந்துவிட்டதால், அதுவரை நடந்தவை எல்லாம் ஒரு பொருட்டாகவே படவில்லை. ஆனால், சமீபத்திய நிகழ்வுக்குத் திரும்புவதை எமது மனங்களால் தவிர்க்க முடியவில்லை. எங்களிடம் நிறைய உணவு இருந்தது. எங்களுக்குள் பசி நெருப்பு கனன்று கொண்டிருந்தது; இவற்றோடு நாங்கள் உணவு உண்ணாமல் உறங்க வேண்டியிருந்தது; எங்களுக்குக் குடிக்கத் தண்ணீர் கிடைக்காததால்தான் சாப்பிட முடியவில்லை. நாங்கள் தீண்டப்படாதோர்கள் என்பதால்தான் எங்கேயும் தண்ணீர் கிடைக்கவில்லை. இத்தகைய எண்ணமே கடைசியாக மனதில் தோன்றியது. நான் பாதுகாப்பான இடத்திற்கு வந்து சேர்ந்துவிட்டோம் என்று சொன்னேனில்லையா? அதை என் பெரிய அண்ணன் நம்பவில்லை என்று தெளிவாகத் தெரிந்தது. நாங்கள் நான்கு பேரும் ஒரே நேரத்தில் தூங்குவது அறிவார்ந்த முடிவாக இருக்காது. என்ன வேண்டுமானாலும் நடக்கலாம் என்று அவன் சொன்னான். ஒரு நேரத்தில் இருவர் உறங்க மற்ற இருவரும் காவல் காக்க வேண்டும் என்று அறிவுறுத்தினான். இப்படி மலையடிவாரத்தில் இரவைக் கழித்தோம்.

அதிகாலை ஐந்து மணிக்கு எங்களுடைய வண்டியோட்டி வந்து சேர்ந்ததும், கோரேகானிற்கு உடனே கிளம்ப வேண்டும் என்றார். நாங்கள் உறுதியாக மறுத்து விட்டோம். ஒரு அடிகூட எட்டு மணிவரை எடுத்து வைக்க மாட்டோம் என்று சொன்னோம். அவர் ஒன்றும் சொல்லவில்லை. காலை எட்டு மணிக்குக் கிளம்பி பதினொரு மணிக்குக் கோரேகான் சென்று சேர்ந்தோம். அப்பா எங்களின் வருகையால் ஆச்சரியப்பட்டுப்போனார். நாங்கள் வரப்போகிறோம் என்று தனக்குத் தெரியாது என்றார். ஏற்கனவே வரப்போவது குறித்துத் தந்தி கொடுத்தோம் எனச் சொன்னதும், அப்படி எதுவும் வந்து சேரவில்லை என அப்பா மறுத்தார். பின்னர், அப்பாவின் சிப்பந்தியின் மீதுதான் பிழை என்று தெரியவந்தது. எங்களது கடிதத்தைப் பெற்றுக்கொண்ட அவர், அதனை அப்பாவிடம் சேர்ப்பிக்கத் தவறிவிட்டார்.

என் வாழ்வில் இந்நிகழ்விற்கு மிக முக்கியமான இடமுண்டு. இது நடந்தபோது நான் ஒன்பது வயதுச் சிறுவன். ஆனால், என் மனதில் அது ஆறாத வடுவாகப் பதிந்து விட்டது. இந்தச் சம்பவம் நடப்பதற்கு முன்பே, நான் ஒரு தீண்டப்படாதவன் என்று அறிவேன். தீண்டப்படாதோர் சில வகையான அவமானங்கள், ஒடுக்குமுறைகளுக்கு ஆளாகிறார்கள் என்றும் எனக்குத் தெரியும். எடுத்துக்காட்டாக, என் வகுப்பில் ரேங்க் அடிப்படையில் பிற மாணவர்களோடு நான் உட்கார வைக்கப்படாமல், வகுப்பறையின் ஓரத்தில் அமர வைக்கப்பட்டேன். நான் வகுப்பறையில் உட்காருவதற்கு என்று தனியே சாக்குப்பை ஒன்று உண்டு. வகுப்பைச் சுத்தம் செய்ய நியமிக்கப்பட்டிருந்த பணியாளர் நான் பயன்படுத்திய சாக்குப்பையை மட்டும் தொடமாட்டார். என்னுடைய சாக்குப்பையை மாலை வீட்டிற்கு எடுத்துச் சென்று அடுத்த நாள் நான் மீண்டும் கொண்டுவர

வேண்டும். என்னுடைய பள்ளியில் தீண்டத்தகுந்த பிரிவுகளைச் சேர்ந்த மாணவர்கள் தங்களுக்குத் தாகம் எடுத்தால், குடிநீர் குழாய்க்குச் சென்று, அதிலிருந்து நீரைப் பருகலாம். ஆசிரியரிடம் தண்ணீர் குடிக்க அனுமதி பெறவேண்டும் என்பது மட்டுமே அவர்களுக்குத் தேவையாக இருந்தது. என்னுடைய நிலையோ வேறுபட்டதாக இருந்தது. நான் குழாயைத் தொடக்கூடாது. தீண்டத்தகுந்த வகுப்பைச் சேர்ந்த யாரேனும் ஒருவர் குழாயினைத் திறக்காவிட்டால் என்னுடைய தாகத்தைத் தணித்துக் கொள்ள முடியாது. ஆசிரியரிடம் அனுமதி பெறுவது மட்டுமே என்னைப் பொறுத்தளவில் போதுமானதில்லை. எனக்குத் தண்ணீர் திறந்துவிடப் பள்ளியின் சிப்பந்தியை ஆசிரியர் அனுப்பி வைப்பார். அவரை மட்டுமே இந்த வேலைக்கு ஆசிரியர் பயன்படுத்த இயலும். அவர் வராமல் போனால் எனக்குக் குடிக்கத் தண்ணீர் கிடைக்காது. ஒரே வரியில் சொல்வது என்றால் பள்ளி சிப்பந்தி இல்லை என்றால், எனக்குக் குடிக்கத் தண்ணீர் இல்லை.

எங்கள் வீட்டில் துணிகளைத் துவைக்கிற வேலையை என்னுடைய அக்காக்கள் மேற்கொண்டார்கள் என எனக்குத் தெரியும். சத்தாராவில் சலவைக்காரர்கள் இல்லாமல் இல்லை. அவர்களுக்குக் காசு கொடுக்க முடியாத நிலையிலும் நாங்கள் இல்லை. நாங்கள் தீண்டப்படாதோர் என்பதால், எங்கள் துணிகளை எந்தச் சலவைக்காரரும் துவைக்க மாட்டார் என்பதால் என் அக்காக்களே துணிகளை அலசினார்கள். அதே போல, எங்கள் குடும்பத்தின் அத்தனைச் சிறுவர்களுக்கும் பெரிய அக்காவே முடி வெட்டிவிடுவார். எங்களின் தலைகளில் தன்னுடைய சிகை அலங்கார கலையைப் பயிற்சி செய்து பார்த்து அக்கா தேறிவிட்டார். சத்தாராவில் நாவிதர்கள் யாருமில்லாமல் இல்லை. அவர்களுக்கான கட்டணத்தைத் தருமளவிற்கு எங்களிடம் பணமும் இருந்தது. நாங்கள்

தீண்டப்படாதோர் என்பதால் எங்களுக்கு முடிவெட்ட எந்த நாவிதரும் முன்வர மாட்டார். ஆகவே, எங்களுக்கு முடி வெட்டி, முகச்சவரமும் அக்காவே செய்ய வேண்டியிருந்தது. இவை எல்லாம் எனக்குத் தெரிந்தே இருந்தன. எனினும், இந்தச் சம்பவம் இதுவரை ஏற்படாத அளவுக்கு அதிர்ச்சியை அளித்தது. இந்தச் சம்பவம் நிகழ்வதற்கு முன்பு வரை, தீண்டாமையை இயல்பானதாக நான் எடுத்துக்கொண்டதைப் போல, தீண்டப்படுவோரும், தீண்டப்படாதோரும் எடுத்துக் கொள்கின்றனர் என்றாலும், இந்தச் சம்பவம்தான் அது குறித்து என்னைச் சிந்திக்கத் தூண்டியது.

பகுதி இரண்டு

நான் 1916-இல் இந்தியாவிற்குத் திரும்பினேன். பரோடாவின் மாட்சிமைமிக்க மகாராஜா மேற்கல்வி பயில என்னை அமெரிக்காவிற்கு அனுப்பி வைத்தார். நியூயார்க் நகரில் உள்ள கொலம்பியா பல்கலைக்கழகத்தில் 1913-1917 வரை கல்வி கற்றேன். 1917இல் இலண்டன் பல்கலைக்கழகத்தில் உள்ள பொருளாதாரத் துறையில் முதுகலை பட்டப்படிப்பில் இணைந்தேன். 1918-இல் என்னுடைய மேற்படிப்பை முடிக்காமலேயே இந்தியாவிற்குத் திரும்ப வேண்டிய கட்டாயம் எனக்கு ஏற்பட்டது. பரோடா அரசு என்னைப் படிக்க வைத்ததால், அவ்வரசின் கீழ் நான் பணியாற்ற வேண்டிய நிர்பந்தத்தில் இருந்தேன். அதற்கேற்ப, நான் நேராகப் பரோடாவிற்குச் சென்றேன். நான் பரோடா அரசில் வகித்து வந்த பதவியை விட்டு ஏன் விலகினேன் என்பது குறித்துச் சொல்லத் தேவையில்லை. அது இக்கட்டுரையின் நோக்கத்தோடு தொடர்பற்றது என்பதால் அதுகுறித்துப் பேசப் போவதில்லை. பரோடாவில் எனக்கு ஏற்பட்ட சமூக அனுபவங்களைக் குறித்து மட்டும் கவனம் செலுத்தி விவரிப்பதோடு நிறுத்திக் கொள்கிறேன்.

ஐரோப்பாவிலும், அமெரிக்காவிலும் நான் தங்கியிருந்த ஐந்தாண்டுகளில் நான் தீண்டப்படாதவன் எனும் உணர்வும், இந்தியாவில் தீண்டப்படாதவன்

எங்குச் சென்றாலும் அவன் தனக்கும், பிறருக்கும் பிரச்சினை எனும் எண்ணமும் மனதை விட்டு அறவே துடைத்தெறியப்பட்டு இருந்தன. ரயில் நிலையத்தை விட்டு வெளியே வந்ததும், "நான் எங்கே போவது? யார் என்னை அரவணைத்துக் கொள்வார்கள்?" எனும் வினா என்னைத் துளைத்தெடுத்தது. என் மனம் பெரும் கொதிப்பிற்கு உள்ளானது. "விஷிக்கள்" (Vishis) என அறியப்பட்ட இந்து விடுதிகள் இருப்பதை நான் அறிவேன். அவை என்னைத் தங்க அனுமதிக்காது. ஆள்மாறாட்டம் செய்தால் மட்டுமே எனக்கு எங்கேனும் தங்க இடம் கிடைக்கும். அப்படிச் செய்ய நான் தயாராகவில்லை. நான் அடையாளத்தை மாற்றிச் சொன்ன ரகசியம் வெளிப்பட்டுவிட்டால், அதையொட்டி ஏற்படக் கூடிய விளைவுகள் எத்தனை மோசமானதாக இருக்கும் என்று எனக்கு நன்றாகத் தெரியும். அமெரிக்காவிற்குப் படிக்க வந்த பரோடாவைச் சேர்ந்த நண்பர்கள் சிலரை அறிவேன். "அவர்களை நாடினால் என்னை வரவேற்று ஏற்றுக் கொள்வார்களா?" என்னால் உறுதியாகக் கூறமுடியவில்லை. தீண்டப்படாத ஒருவனைத் தங்கள் இல்லத்திற்குள் அனுமதிக்க அவர்கள் அவமானப்படலாம். இரயில் நிலையத்தின் கூரையின் கீழ் நின்றபடி எங்கே போவது, என்ன செய்வது என்று சில கணம் சிந்தித்தேன். ஏதேனும் முகாமில் இடம் இருக்குமா என்று விசாரித்துப் பார்க்கலாம் என்று பொறி தட்டியது. அதற்குள் எல்லாப் பயணிகளும் கிளம்பியிருந்தார்கள். நான் தனித்து விடப்பட்டு இருந்தேன். சவாரி எதுவும் படியாத வண்டியோட்டிகள் எனக்காகக் காத்துக்கொண்டிருப்பது அவர்கள் பார்வையிலேயே தெரிந்தது. அவர்களில் ஒருவரை அழைத்து, முகாமில் உள்ள ஏதேனும் விடுதியைத் தெரியுமா என்று கேட்டேன். பார்சி விடுதி ஒன்று தனக்குத் தெரியும், அங்கே வாடகைக்கு இடம்

தருவார்கள் என்றும் அவர் பதிலளித்தார். பார்சிக்களால் நடத்தப்படும் விடுதி என்பதைக் கேட்டதும் என் மனம் களிப்படைந்தது. பார்சிக்கள் ஜொராஸ்டிர மதத்தைப் பின்பற்றுபவர்கள். அவர்கள் மதம் தீண்டாமையை அங்கீகரிப்பதில்லை என்பதால் அவர்கள் என்னைத் தீண்டப்படாதவனாக நடத்துவார்களோ எனும் வீண் அச்சம் தேவையில்லை. உள்ளம் நம்பிக்கையால் பூரிக்க, சிந்தை அச்சமின்றி விரிய வண்டியில் என்னுடைய மூட்டை, முடிச்சுகளை ஏற்றினேன். பார்சி விடுதிக்கு வண்டியைச் செலுத்துமாறு வண்டியோட்டியைக் கேட்டுக் கொண்டேன்.

அவ்விடுதி இரண்டு மாடிக் கட்டிடம். அதன் தரைத்தளத்தில் வயதான பார்சி ஒருவர் தன்னுடைய குடும்பத்தோடு தங்கியிருந்தார். அவ்விடுதியின் பராமரிப்பாளரான அவர் விடுதிக்குத் தங்க வருகிற விருந்தாளிகளுக்கு உணவு பரிமாறி வந்தார். வண்டி விடுதி முன் நின்றதும், அந்தப் பார்சி பராமரிப்பாளர் என்னை மாடிக்குப் போகச் சொல்லி சைகை செய்தார். என்னுடைய மூட்டை முடிச்சுகளை வண்டியோட்டி கொண்டுவர நான் மாடி நோக்கி நடந்தேன். வண்டியோட்டிக்கு உரிய கூலியைத் தந்ததும் அவர் கிளம்பினார். இளைப்பாற ஓரிடம் இல்லை எனும் சிக்கலிற்கு ஒருவழியாகத் தீர்வு கண்டுவிட்டேன் என்பதால் மகிழ்ச்சியடைந்தேன். நிம்மதியாக ஓய்வெடுக்கலாம் என்று உடை மாற்றத் தொடங்கினேன். அதே வேளையில், பராமரிப்பாளர் கையில் ஒரு புத்தகத்தோடு வந்து சேர்ந்தார். பாதி ஆடையைக் களைந்த நிலையில் நான் நின்றுகொண்டிருந்த கோலத்தைக் கண்ணுற்றார். நான் பார்சிக்கள் அணிந்திருக்க வேண்டிய சத்ரா, கஸ்தி ஆகிய உடைகளை அணியவில்லை என்பதைக் கண்டுகொண்டார். கூர்மைமிக்கத் தொனியில் நான் யாரென்று கேட்டார். அந்த விடுதி பார்சி மதத்தைச்

சேர்ந்தவர்களுக்காக மட்டுமே பார்சிக்களால் நடத்தப்படுகிறது என்பதை அறியாமல், "நான் இந்து" என்றேன். அவர் அதிர்ந்து போனார். நான் விடுதியில் தங்கக் கூடாது என்றார். அவருடைய பதிலில் அதிர்ந்து போனேன். என் உடம்பு முழுக்கச் சில்லிட்ட உணர்வு தாக்கியது. எங்கே போய்த் தங்குவது எனும் வினா மீண்டும் என்னைச் சூழ்ந்து கொண்டது. என்னை ஆசுவாசப்படுத்திக் கொண்டு, "நான் இந்துதான் என்றாலும், உங்களுக்கு ஆட்சேபணையில்லை என்றால் இங்கேயே தங்க விரும்புகிறேன்" என்றேன். "நீ எப்படி இங்கே தங்க முடியும்? இங்கே யாரெல்லாம் தங்குகிறார்கள் என்று பதிவேட்டில் நான் குறித்து வைக்க வேண்டும்" என்றார். அவரின் இக்கட்டான நிலையைப் புரிந்து கொண்டேன். அந்தப் பதிவேட்டில் எழுதும்வண்ணம் ஒரு பார்சி பெயரை நான் தரித்துக் கொள்ளத் தயாராக இருப்பதாகத் தெரிவித்தேன். "எனக்கு இங்கே தங்க எந்த ஆட்சேபணையும் இல்லையென்றால் நீங்கள் ஏன் கவலைப்பட வேண்டும். உங்களுக்கு இழப்பதற்கு ஒன்றுமில்லை. நான் இங்கே தங்கினால் உங்களுக்கும் ஏதாவது வருமானம் கிடைக்கும் அல்லவா?" எனக் கேட்டேன். அவரும் எனக்குச் சாதகமாக இறங்கிவருவதைக் காண முடிந்தது. அநேகமாக, வெகுநாட்களாக விருந்தினர் யாரும் வராமல் வாடிப் போயிருந்தவருக்கு, என்னால் கிட்டும் சொற்பப் பணத்தை விட்டுத் தர மனம் இருந்திருக்காது. தங்குவதற்கு ஒரு நாளைக்கு ஒன்றரை ரூபாய் செலுத்துவதோடு, என்னைப் பார்சியாகப் பதிந்து கொள்ள வேண்டும் என்கிற நிபந்தனையோடு தங்கவைக்க ஒப்புக்கொண்டார். அவர் கீழிறங்கி நடக்க நான் நிம்மதிப் பெருமூச்சு விட்டேன். ஒரு வழியாகப் பிரச்சினை தீர்ந்தது என்று அளவில்லாத மகிழ்ச்சியடைந்தேன். ஆனால், ஐயோ என் உவகைப்பெருக்கு சீக்கிரம் வற்றிவிடும் என்று

எனக்குத் தெரியாது. அந்த விடுதியைவிட்டு நான் எப்படி வெளியேற்றப்பட்டேன் எனும் துயரமிக்க முடிவை விவரிப்பதற்கு முன்பு விடுதியில் தங்கிய குறைந்த காலத்தில் எப்படி நேரத்தைக் கழித்தேன் என்பது குறித்துச் சொல்ல வேண்டும்.

விடுதியின் முதல் மாடியில் சிறு படுக்கையறை ஒன்றிருந்தது. அதையொட்டி ஒரு தண்ணீர் குழாயோடு கூடிய சிறிய குளியலறை இருந்தது. மீதமிருந்த இடம் பெரிய கூடமாக இருந்தது. நான் தங்கியிருந்தபோது, அந்தப் பெரிய கூடத்தில் குப்பைக் கூளங்கள், பலகைகள், இருக்கைகள், உடைந்த நாற்காலிகள் முதலிய எல்லாவற்றையும் கொட்டி நிரப்பியிருந்தார்கள். இத்தனையும் சுற்றி வளைத்துக் கொள்ள, இவற்றுக்கு இடையே ஒற்றையாளாக நான் தனித்து வாழ்ந்தேன். பராமரிப்பாளர் காலையில் ஒரு கப் தேநீரோடு வந்தார். காலை ஒன்பதரை மணிக்கு காலை உணவோடு மீண்டும் வந்தார். இரவு எட்டரை மணிக்கு இரவுணவோடு வந்தார். தவிர்க்கவே முடியாதபோது மட்டுமே அவர் எட்டிப்பார்த்தார். அத்தகைய வேளைகளில்கூட அவர் என்னோடு எதுவும் பேசவில்லை. எப்படியோ பகற்பொழுதை கடத்தினேன்.

பரோடா மகாராஜாவால் பொதுக் கணக்காளர் அலுவலகத்தில் பயிற்சி அலுவலராக நியமிக்கப்பட்டிருந்தேன். காலை பத்து மணிக்கு விடுதியை விட்டு வெளியேறி இரவு தாமதமாக எட்டு மணி வாக்கில் திரும்புவேன். விடுதியை விட்டு முடிந்தவரை தள்ளியிருக்கும் நோக்கத்தோடு, நண்பர்களின் துணையில் எவ்வளவு நேரம் முடியுமோ அவ்வளவு நேரத்தை செலவிட்டு வந்தேன். இரவைக் கழிக்க அந்த விடுதிக்குத் திரும்ப வேண்டும் என்கிற எண்ணமே பெரும் திகில் ஊட்டுவதாக இருந்தது. இந்த வானத்திற்குக் கீழே எனக்கென்று ஒதுங்க ஓரிடமும் இல்லாததால்தான், நான்

அவ்விடுதியில் சென்று தங்க வேண்டியிருந்தது. முதல் மாடியின் பெரிய கூடத்தில் என்னோடு அளவளாவ சக மனிதர்கள் யாருமில்லை. மொத்தக் கூடத்திலும் இரவோடு தனிமையும் அப்பிக் கிடந்தது. இருட்டை விரட்ட மின்சார விளக்குகளோ, ஏன் எண்ணெய்த் தீபங்களோகூட இல்லை. என்னுடைய பயன்பாட்டிற்கு என்று சிறிய ஹரிக்கேன் விளக்கினைப் பராமரிப்பாளர் கொண்டு வருவார். அந்த விளக்கின் வெளிச்சம் சில அங்குலங்கள் கூடத் தாண்டாது. இருட்டறையில் சிக்கிக்கொண்டதாக உணர்ந்தேன். யாரேனும் மனிதர்கள் என்னோடு பேச வரமாட்டார்களா என மனித துணைக்காக ஏங்கித் தவித்தேன். ஆனால், அங்கே யாருமில்லை. மனிதர்கள் யாரும் உடனில்லாத நிலையில் புத்தகங்களின் நட்பை நாடினேன். படித்தேன், ஓயாமல் படித்துக்கொண்டே இருந்தேன். நூல் வாசிப்பில் லயித்துப் போய் என்னுடைய தனிமையை மறந்தேன். அந்தக் கூடத்தை வௌவால்கள் தங்களுடைய இருப்பிடமாக ஆக்கிக் கொண்டிருந்தன. நான் வினோதமான இடமொன்றில், அச்சமூட்டும் சூழலில் இருப்பதை மறக்க முயன்று கொண்டிருந்தாலும் வௌவால்கள் அங்குமிங்கும் பறப்பதும், அவை எழுப்பிக் கொண்டிருந்த ‘கிறீச்’ ஒலியும், என் கவனத்தை அவ்வப்போது கலைத்து, என்னுடைய அவல நிலையை நினைவூட்டி உடம்பை உறைய வைக்கும் நடுக்கங்களை ஏற்படுத்தின. நான் பலமுறை கோபப்பட்டிருக்க வேண்டும். இப்படி இருட்டறைக்குள் சிக்கியதால் எனக்குள் குமைந்து கொண்டிருந்த துயரத்தையும், கோபத்தையும் அடக்கும்வண்ணம், ‘என்ன இருந்தாலும் இங்கே தங்க முடிகிறது. ஒதுங்குவதற்கு இடமில்லாமல் அல்லாடுவதை விட இது மேலானது’ என்று தேற்றிக்கொண்டேன். என் அக்கா மகன் நான் விட்டுவிட்டு வந்திருந்த என்னுடைய மிச்ச மீதி உடைமைகளைப் பம்பாயில்

இருந்து கொண்டு வந்தான். என்னுடைய நிலையைக் கண்டதும், அவன் ஓவென அழும் அளவிற்குப் பரிதாபகரமாக வாழ்ந்து கொண்டிருந்தேன். அவனை உடனே ஊருக்கு அனுப்பி வைத்தேன். இப்படிப்பட்ட நிலையில்தான், நான் பார்சியாக ஆள்மாறாட்டம் செய்து வாழ்ந்து கொண்டிருந்தேன். இப்படியே பார்சியாக வெகுகாலத்துக்கு வேடமிட்டுக் கொண்டிருக்க இயலாது. சீக்கிரம் என் குட்டு வெளிப்பட்டு விடும் என்று அறிவேன். அரசாங்க பங்களாவில் தங்க இடம் பிடித்துவிட முயன்று கொண்டிருந்தேன். என்னுடைய அவசரத்தைப் புரிந்து கொள்ளாமல் மாகாணத்தின் தலைமை அமைச்சர் எனது விண்ணப்பத்தைப் பரிசீலிக்கவில்லை. என் மனு ஒவ்வொரு அதிகாரியாக மெதுவாக நகர்ந்து கொண்டிருந்தது. எனக்கான இறுதி பதில் வருவதற்குள் என் அழிவுநாள் வந்துவிட்டது.

அன்றோடு விடுதியில் தங்கி பதினொரு நாட்கள் கழிந்திருந்தன. காலை உணவை முடித்துவிட்டு, ஆடையணிந்து கொண்டு அறையிலிருந்து வெளியேறி அலுவலகம் கிளம்பத் தயாரானேன். முந்தைய இரவு நூலகத்தில் கடன் வாங்கியிருந்த நூல்களைத் திரும்பத் தருவதற்காகத் தேடி எடுத்துக் கொண்டிருந்தேன். அப்போது படிக்கட்டில் பல பேர் ஏறி வரும் காலடிச் சத்தம் பலமாகக் கேட்டது. ஊரைச் சுற்றிப்பார்க்க வந்த பயணிகள் போலும் என்று எண்ணியவாறு அந்தப் புதிய நண்பர்கள் யாரென எட்டிப் பார்த்தேன். அடுத்தக் கணம், உயரமான, கட்டுக்கோப்பான ஒரு டஜன் பார்சிக்கள் கையில் குண்டாந்தடிகளை ஏந்திக்கொண்டு என்னை நோக்கிக் கோபத்தோடு வருவதைக் கண்டுகொண்டேன். அவர்கள் சுற்றுலாப் பயணிகள் இல்லையென்று உடனடியாக உணர்ந்து கொண்டேன். அவர்கள் அதனை உறுதிப்படுத்தும் விதமாக, என் அறையின் முன்னால் சடசடவென்று குவிந்து விட்டு, "நீ யாருடா?

நீ எதுக்கு இங்க வந்தே? பார்சி பேரை போட்டுக்கற அளவுக்கு உனக்குத் தைரியம் வந்துடுச்சா. போக்கிரி! பார்சி விடுதியைத் தீட்டாக்கிட்டே" என்று சரமாரியாகக் கேள்விக்கணைகளைத் தொடுத்தார்கள். நான் அமைதியாக நின்றேன். என்னால் எந்தக் கேள்விக்கும் பதில் சொல்ல இயலவில்லை. ஆள்மாறாட்ட நாடகத்தை இனிமேலும் தொடர முடியாது. நான் செய்தது மோசடி வேலை, அதை அவர்கள் கண்டுபிடித்துவிட்டார்கள். நான் பார்சி என்று அதுவரை ஆடிக்கொண்டிருந்த ஆள்மாறாட்ட ஆட்டத்தைத் தொடர்ந்திருந்தால், சினம்மிக்க அந்த வெறி பிடித்த பார்சிக்கள் என்னை அடித்துத் துவைத்திருப்பார்கள். கொஞ்சம் தவறியிருந்தால் சாகடித்திருக்கவும் கூடும் என்பது உறுதி. எதிர்ப்பு எதுவும் காட்டாமல் பணிவாக நின்றதோடு, அமைதியாகவும் இருந்தது வரவிருந்த பெருங்கேட்டைத் தடுத்தது. நான் எப்போது அங்கிருந்து கிளம்புவதாக உத்தேசம் என்று ஒருவர் கேட்டார். என் உயிரை விடவும் ஒதுங்க இருந்த அந்த ஓரிடம் பெரிதாகப்பட்டது. அந்தக் கேள்வியில் ஒளிந்திருந்த மிரட்டல் பயங்கரமானது. நான் என் மௌனத்தைக் கலைத்து, என்னை ஒரு வாரம் மட்டும் தங்க அனுமதிக்குமாறு மன்றாடினேன். அதற்குள் எனக்குப் பங்களா ஒதுக்குமாறு கொடுத்திருந்த விண்ணப்பத்திற்கு அமைச்சர் செவிசாய்த்து விடுவார் என்று நம்பினேன். கூடியிருந்த பார்சிக்கள் நான் சொல்வதைத் துளியும் கேட்கும் மனநிலையில் இல்லை. எனக்குக் கடைசிக்கெடு ஒன்றை விதித்தார்கள். அவர்கள் மாலை திரும்பி வரும்போது என்னை அந்த விடுதியில் பார்க்கக் கூடாது. நான் என் உடைமைகளைக் கட்டிக்கொண்டு கிளம்பியிருக்க வேண்டும். இல்லையென்றால், மோசமான பின்விளைவுகளைச் சந்திக்க வேண்டும் என்று அச்சுறுத்திவிட்டு அகன்றார்கள். நான் கையறு நிலையில் நின்றேன். என்

இதயம் எனக்குள் மூழ்கியது. நான் எல்லோரையும் சபித்தேன். தேம்பித் தேம்பி அழுதேன். என்னுடைய விலைமதிக்க முடியாத சொத்தான என் வசிப்பிடத்தைப் பிடுங்கிக் கொண்டுவிட்டார்கள். அது சிறைக்கைதியின் அறையைவிட எந்த வகையிலும் மேலானது இல்லை. ஆனாலும், அது என்னளவில் அரிய பொக்கிஷம்.

அங்கிருந்து பார்சிக்கள் அகன்ற பிறகு, அடுத்து என்ன செய்வது என்கின்ற எண்ணத்தில் மூழ்கி சிறிது நேரம் கழிந்தது. எனக்குச் சீக்கிரமே அரசு பங்களாவில் இடம் கிடைத்துவிடும். அத்தோடு என்னுடைய பிரச்சினைகள் எல்லாம் முடிந்துவிடும் என்று நம்பிக்கொண்டிருந்தேன். அதனால் எனக்கு ஏற்பட்டிருக்கும் பிரச்சினை நிரந்தரமானதல்ல. நண்பர்களின் வீட்டிற்குப் போவது நல்ல தீர்வாக இருக்கும் என்று எனக்குத் தோன்றியது. பரோடா மாநிலத்தில் வாழ்ந்து கொண்டிருந்த தீண்டப்படாதோரில் எனக்கென்று நண்பர்கள் இல்லை. பிற வகுப்பினரில் எனக்குத் தோழர்கள் இருந்தார்கள். ஒருவர் இந்து, இன்னொருவர் இந்தியக் கிறிஸ்துவர். நான் முதலில் இந்து நண்பனை நாடிச்சென்றேன். என்னைப் பீடித்திருக்கும் துயரத்தைக் குறித்து அவனிடம் சொன்னேன். அவன் ஓர் உன்னதமான ஆன்மா. எனக்குத் தனிப்பட்ட முறையில் அற்புதமான நண்பனும்கூட. அவன் சோகமாகக் காணப்பட்டதோடு, என் மீது கோபத்தோடு வெறுப்பைக் கக்கினான். என்றாலும், போகிற போக்கில் ஒன்றை உதிர்த்தான். “நீ மட்டும் எங்க வீட்டுக்கு வந்தா, எங்க வேலைக்காரங்க எல்லாம் வேலையைவிட்டு நின்னுருவாங்க” என்றான். அந்தக் குறிப்பை நான் புரிந்து கொண்டேன். இனிமேலும் என்னை அவன் வீட்டில் தங்க வைக்குமாறு வலியுறுத்த வேண்டாமென்று விட்டுவிட்டேன். எனக்கு இந்தியக் கிறிஸ்துவ நண்பனின் வீட்டிற்குப் போகப் பிடிக்கவில்லை. முன்பு என்னை அவன் கிளம்பி

வந்து வீட்டில் தங்கிக்கொள்ளுமாறு அழைத்தான். நான் பார்சி விடுதியிலேயே தங்கிக்கொள்கிறேன் என்று அவனுடைய அழைப்பைப் புறக்கணித்தேன். அவனுடைய பண்புநலன்கள் எனக்கு உவப்பானதாக இல்லை என்பதே அதற்குக் காரணம். இப்போது அங்கே போனால் கண்டிப்பாக அவமதிப்பு தான் கிட்டும். ஆகவே, அலுவலகத்திற்குச் சென்றேன். ஆனாலும், தங்க ஒரு வீடு கிடைக்கக்கூடிய வாய்ப்பை கைவிட்டுவிட என்னால் முடியவில்லை. ஒரு நண்பனிடம் கலந்து பேசிவிட்டு, கிறிஸ்துவ நண்பனிடமே என்னை அவனுடைய வீட்டில் தங்கிக்கொள்ள விடமுடியுமா என்று கேட்கலாம் என முடிவெடுத்தேன். அவனிடம் கேட்டபோது, அடுத்த நாள் பரோடாவில் இருந்து அவன் மனைவி வரவிருப்பதாகவும், அவளிடம் கேட்டுவிட்டுச் சொல்வதாகப் பதில் தந்தான். அது மிகத் தந்திரமான பதில் என்று பிறகுதான் எனக்குப் புரிந்தது. அந்த நண்பனும், அவன் மனைவியும் பிராமணச் சாதியை சேர்ந்தவர்கள். கிறிஸ்துவத்திற்கு மதம் மாறிய பின்பு கணவன் தாராள மனப்பான்மைமிக்கவனாக மாறினாலும், மனைவி பழமையில் ஊறிப்போனவளாக இருந்ததால் ஒரு தீண்டப்படாதவனை வீட்டில் தங்க வைக்க ஒப்புக்கொண்டிருக்க மாட்டாள். என்னுடைய கடைசி நம்பிக்கைக் கீற்றும் அணைந்து போனது. அந்தக் கிறிஸ்துவ நண்பனின் இல்லத்தை விட்டுக் கிளம்பியபோது மாலை நான்கு ஆகியிருந்தது. எங்கே போவது எனும் மிகப்பெரிய கேள்வி என் முன் எழுந்து நின்றது. நான் விடுதியை விட்டு வெளியேற வேண்டும், என்னை அரவணைத்துக்கொள்ள ஒரு நண்பனும் இல்லை. பம்பாய்க்கே திரும்பிச்செல்வது மட்டுமே எனக்கிருந்த ஒரேவழி. பரோடாவில் இருந்து பம்பாய் செல்லும் தொடர்வண்டி இரவு ஒன்பது மணிக்கு கிளம்பும். இடையே ஐந்து மணி நேரத்தை எப்படியாவது

கழிக்க வேண்டும். எங்கே செல்வது? என் நண்பனிடம் போகவா? விடுதிக்குத் திரும்பப் போகிற அளவுக்கான துணிச்சலைத் திரட்டிக்கொள்ளத் தெம்பில்லை. பார்சிக்கள் திரும்பி வந்து என்னைத் தாக்கக் கூடும் என்று அஞ்சினேன். என்னுடைய நண்பனை நாடிச் செல்லவும் எனக்கு விருப்பமில்லை. என்னுடைய நிலைமை பரிதாபகரமானதாக இருந்தாலும், நான் யாருடைய பரிதாபத்துக்கும் உரியவனாக இருக்க விரும்பவில்லை. நகர எல்லைக்கும், முகாமிற்கும் இடையே இருந்த காமத்தி பாக் எனும் பொதுப் பூங்காவில் ஐந்து மணிநேரத்தைப் போக்க முடிவெடுத்தேன். மனதில் பாதி வெறுமையோடும், மீதி எனக்கு ஏற்பட்டவற்றைக் குறித்த சிந்தனையால் ஏற்பட்ட துயரத்தோடும் அப்படியே உட்கார்ந்தேன். உற்ற துணை யாருமின்றிப் பரிதவிக்கும் குழந்தையைப் போல என் மனம் அப்பா, அம்மாவைத் தேடியது. இரவு எட்டு மணிக்குப் பூங்காவை விட்டு வெளியே வந்தேன். விடுதி நோக்கி வண்டியில் சென்று, பெட்டிப் படுக்கைகளை எடுத்துக் கொண்டேன். விடுதியின் பராமரிப்பாளர் வெளியே வந்தார். எங்களுக்குள் எந்த வார்த்தையையும் நாங்கள் பரிமாறிக்கொள்ளவில்லை. என்னுடைய இக்கட்டான நிலைக்கு அவரும் ஒருவகையில் காரணம் என்று அவர் உணர்ந்தார். அவருக்குரிய கட்டணத்தைச் செலுத்தினேன். அவர் அமைதியாக அதனை வாங்கிக்கொண்டார். அவரிடம் இருந்து மௌனமாக விடைபெற்றேன். நான் பரோடாவிற்கு அத்தனை நம்பிக்கையோடு போயிருந்தேன். எனக்கு எத்தனையோ வேலை வாய்ப்புகள் தேடிவந்தன. அது உலகப்போர் காலம். இந்திய கல்விப் பணியில் (*Indian Educational Service*) எண்ணற்ற காலியிடங்கள் இருந்தன. இவை எவற்றையும் நான் ஏறெடுத்தும் பார்க்கவில்லை. என்னுடைய கல்விச்செலவைக் கவனித்துக் கொண்ட

பரோடா மன்னருக்கே முதலில் சேவை புரிய வேண்டும், அதுவே என் கடமை எனக் கருதினேன். வெறும் பதினொரு நாட்களுக்குள் பரோடாவில் இருந்து விரட்டியடிக்கப்பட்டு நான் பம்பாய் நகருக்கே திரும்ப வேண்டியதாகிவிட்டது.

பதினெட்டு ஆண்டுகள் ஆன பின்பும், கையில் குண்டாந்தடிகளோடு என்னை அச்சுறுத்துகிற நோக்கத்தோடு வரிசைகட்டி நிற்கும் பார்சிக்கள், அவர்கள் முன் குலைநடுங்கி கருணைக்கு இறைஞ்சும் பார்வையோடு நான் நிற்கும் காட்சி எல்லாம் நேற்று நடந்ததைப் போலக் கண்முன் நிற்கின்றன. இப்போதுகூட அப்படியே துல்லியமாக அன்று நடந்தவற்றை நினைவுகூர இயலும். அந்நிகழ்ச்சியைக் கண்களில் நீர் வழியாமல் எண்ணிப்பார்க்க முடிவதே இல்லை. அன்றுதான் முதன்முறையாக, இந்து ஒருவனுக்குத் தீண்டப்படாதவனாக இருப்பவன், பார்சிக்கும் தீண்டப்படாதவனே என்று கண்டுகொண்டேன்.

பகுதி மூன்று

அது 1929-ஆம் ஆண்டு. பம்பாய் மாகாண அரசு தீண்டப்படாதோரின் குறைகள் குறித்து விசாரிப்பதற்காகக் குழு ஒன்றை அமைத்தது. நானும் அக்குழுவின் உறுப்பினராக நியமிக்கப்பட்டேன். அக்குழுவினர் மாகாணம் முழுக்கப் பயணம் செய்து, தரப்பட்டிருக்கும் அநீதி, அடக்குமுறை, கொடுங்கோன்மை குறித்தப் புகார்களை விசாரிக்க வேண்டும். கண்டேஷ் பகுதியின் இரண்டு மாவட்டங்களை ஆய்வு செய்யும் பொறுப்பு என்னிடமும், குழுவின் மற்றொரு உறுப்பினரிடமும் தரப்பட்டிருந்தது. அப்பணியை முடித்ததும் நாங்கள் இருவரும் விடைபெற்றோம். அவர் ஏதோ ஒரு இந்துச் சாமியாரை காணப் போய்விட்டார். நான் பம்பாய் செல்லும் தொடர்வண்டியில் ஏறிக்கொண்டேன். தொடர்வண்டி சாலிஸ்கான் சேர்ந்ததும், தூலியா தடத்தில் உள்ள கிராமத்திற்குச் செல்வதற்காக இறங்கிக் கொண்டேன். அக்கிராமத்தின் சாதி இந்துக்கள் தீண்டப்படாதோர் மீது சமூகப் புறக்கணிப்பைக் கட்டவிழ்த்து விட்டிருப்பதை விசாரிக்கவே அங்கே சென்றேன். சாலிஸ்கானைச் சேர்ந்த தீண்டப்படாதோர் தொடர்வண்டி நிலையத்திற்கு வந்து, என்னை இரவு அவர்களோடு தங்குமாறு கேட்டுக் கொண்டனர். ஆரம்பத்தில், சமூகப் புறக்கணிப்பை விசாரித்துவிட்டு நேரடியாக பம்பாய்க்குச் செல்வதே என்னுடைய திட்டமாக இருந்தது. அவர்களோடு நான் தங்க வேண்டும்

என்பதில் அவர்கள் குறியாக இருந்ததால், அன்றிரவை அவர்களோடு கழிக்க ஒப்புக்கொண்டேன். தூலியாவில் இருந்து கிராமத்திற்குச் செல்லும் தொடர்வண்டியில் ஏறி அவ்விடத்தை அடைந்தேன். அந்தக் கிராமத்தில் நிலவிவரும் நிலையைப் பார்த்து அறிந்து கொண்ட பின்பு அடுத்தத் தொடர்வண்டியில் சாலிஸ்கான் திரும்பினேன்.

எனக்காக சாலிஸ்கானின் தீண்டப்படாதோர் தொடர்வண்டி நிலையத்தில் காத்திருப்பதைக் கண்டேன். எனக்கு மாலை அணிவித்தார்கள். அவர்கள் தங்கியிருந்த மகர்வாடாவானது தொடர்வண்டி நிலையத்தில் இருந்து இரண்டு கிலோமீட்டர் தொலைவில் இருந்தது. அங்கே சென்றடைய ஆற்றின் மீதிருந்த மதகுப் பாலத்தைக் கடக்க வேண்டும். தொடர்வண்டி நிலையத்தில் வாடகைக்கு அமர்த்திக்கொள்ளப் பல குதிரை வண்டிகள் நின்றன. அவர்களின் மகர்வாடாவும் பொடிநடையாக நடந்து சென்றுவிடும் தொலைவிலேயே இருந்தது. உடனடியாக மகர்வாடாவுக்கு அழைத்துச் செல்லப்படுவேன் என்று எதிர்பார்த்தேன். அவ்விடத்தை நோக்கி எந்த அசைவும் இல்லை, ஏன் இப்படி என்னைக் காக்க வைக்கிறார்கள் என்று எனக்குப் புரியவில்லை. ஒரு மணிநேரத்துக்கு மேலான பின்பு ஒரு டோங்கா (குதிரை வண்டி) இருப்புப்பாதைக்கு அருகே இழுத்து வரப்பட்டதும், நான் ஏறிக்கொண்டேன். நானும், வண்டியோட்டியும் மட்டுமே டோங்காவில் இருந்தோம். மற்ற அனைவரும் குறுக்குவழியில் நடந்து சென்றுவிட்டார்கள். டோங்கா இருநூறு அடிகள்கூட நகர்ந்திருக்காது. மோட்டார் கார் ஒன்றோடு மோதியிருக்கும். ஒவ்வொரு நாளும் வாடகைக்கு வண்டியோட்டுபவர் ஏன் இப்படி வண்டி ஓட்டத் தெரியாமல் தள்ளாடுகிறார் என்று எனக்கு ஆச்சரியமாக இருந்தது. காவல்துறை அதிகாரி சத்தமாகக்

கத்தியதையடுத்து காரோட்டி வண்டியை பின்னோக்கி இழுத்ததால்தான் விபத்தில் இருந்து தப்பினோம்.

ஆற்றின் மீதிருந்த அம்மதகுப் பாலத்தை ஒருவாறு வந்தடைந்தோம். சாலைப் பாலங்களில் உள்ளத்தைப் போன்ற பக்கவாட்டுச் சுவர்கள் எதுவும் அம்மதகுப் பாலத்தில் இல்லை. ஐந்து அல்லது பத்தடி இடைவெளியில் வரிசையாகக் கற்கள் மட்டும் நடப்பட்டிருந்தன. அப்பாதை கற்களால் அமைக்கப்பட்டிருந்தது. நாங்கள் வந்து கொண்டிருந்த சாலைக்குச் செங்குத்தாக அம்மதகுப் பாலம் இருந்தது. சாலையில் இருந்து நேர்குத்தாகத் திரும்பினால் அம்மதகுப் பாலத்தை அடைய முடியும். ஆற்றுப்பாலத்தின் பக்கவாட்டில் இருந்த முதல் கல் அருகே வந்த வண்டி நேராகச் செல்வதற்குப் பதிலாகத் திசை திரும்பியதோடு, குதிரை திடீர் வேகமெடுத்து ஓடவும் செய்தது. டோங்காவின் சக்கரம் பக்கவாட்டில் இருந்த கல்லில் பயங்கரமாக மோதியதால், நான் அலக்காகத் தூக்கி எறியப்பட்டு, அப்படியே ஆற்றுப்பாலத்தின் கற்பாதையில் விழுந்தேன். குதிரையும், வண்டியும் ஆற்றுப்பாலத்தில் இருந்து ஆற்றிற்குள் விழுந்தன. அப்படியே வலுவாகத் தூக்கி எறியப்பட்டதால் நான் பேச்சுமூச்சின்றிக் கிடந்தேன். ஆற்றின் மறுகரையில்தான் மகர்வாடா இருக்கிறது. என்னை நிலையத்தில் வரவேற்க வந்த ஆண்கள் எனக்கு முன்னாலேயே அவ்விடத்தைச் சென்றடைந்துவிட்டனர். ஆண்கள், பெண்கள், குழந்தைகளின் அழுகைக்கும், புலம்பல்களுக்கும் இடையே தூக்கிச் செல்லப்பட்டேன். இந்த விபத்தால் எனக்கு உடம்பு முழுக்கக் காயமானது. கால் முறிந்துபோய், பல நாட்களுக்கு நடமாட முடியாமல் கிடந்தேன். இதெல்லாம் எப்படி நடந்தது என்று எனக்குப் புரியவில்லை. ஒவ்வொரு நாளும் டோங்காக்கள் ஆற்றுப்பாலத்தின் இரு கரைகளையும் மீண்டும் மீண்டும்

கடந்தவண்ணம் இருக்கின்றன. எந்த வண்டியோட்டியும் ஆற்றுப்பாலத்தைப் பத்திரமாகக் கடக்கத் தவறியதில்லை.

விசாரித்தபோதுதான் உண்மையான தகவல்கள் சொல்லப்பட்டன. ஒரு தீண்டப்படாத பயணியோடு டோங்காவை ஓட்ட எந்த வண்டியோட்டியும் முன்வரவில்லை என்பதே தொடர்வண்டி நிலையத்தில் ஏற்பட்ட காலதாமதத்திற்குக் காரணம். அப்படிப் பயணம் செய்ய ஒப்புவது அவர்களின் கௌரவத்திற்கு இழுக்கானது. நான் மகர்கள் வாழும் பகுதிக்கு நடந்தே வர வேண்டும் என்பதை அவர்களால் ஏற்றுக்கொள்ள இயலவில்லை. அவர்களைப் பொறுத்தவரை அது என்னுடைய கௌரவத்திற்கு இழுக்கானது. எனவே, சமரச உடன்படிக்கை ஒன்றிற்கு வந்து சேர்ந்தார்கள். அந்தச் சமரசம் இதுதான்: வண்டியோட்டி தன்னுடைய டோங்காவை வாடகைக்குத் தந்தால் மட்டும் போதுமானது, ஓட்ட வேண்டியதில்லை. மகர்கள் டோங்காவை எடுத்துக்கொள்ளலாம். ஆனால், அதனை ஓட்டுவதற்கு யாரையேனும் கண்டுபிடித்துக் கொள்ள வேண்டும். இது மகர்களுக்கு மகிழ்ச்சியளிக்கக் கூடிய தீர்வாகத் தோன்றியது. என்னுடைய கௌரவத்தை விட என் பாதுகாப்பு முதன்மையானது என்பதை அவர்கள் ஏனோ மறந்துவிட்டார்கள். அதுகுறித்துச் சிந்தித்து இருந்தால், என்னைச் சென்று சேர வேண்டிய இடம் வரை பத்திரமாகக் கொண்டு சேர்க்கக்கூடிய வண்டியோட்டியை அமர்த்த முடியுமா எனச் சீர்தூக்கிப் பார்த்திருப்பார்கள். அவர்கள் யாருக்கும் வண்டியோட்டத் தெரியாது. அது அவர்களின் தொழிலும் அல்ல. ஆகவே, தங்களில் ஒருவரை வண்டியோட்டுமாறு பணித்தார்கள். அவர் கையில் கடிவாளத்தை ஏந்திக்கொண்டார். இது ஒன்றும் பெரிய விஷயமில்லை என்று எண்ணிக்கொண்டார். ஆனால், வண்டி நகரத்துவங்கியதும் தன்னிடம்

தரப்பட்டிருக்கும் பொறுப்பை உணர ஆரம்பித்து, பதற்றத்தில் வெலவெலத்துப் போய் கட்டுப்படுத்த முயலாமல் முழுவதும் தலைமுழுகி விட்டார். என்னுடைய கௌரவத்தைக் காப்பாற்றும் பொருட்டுச் சாலிஸ்கானின் மகர்கள் என் உயிரையே பணயம் வைத்துவிட்டார்கள். அப்போதுதான் ஒன்றை உணர்ந்தேன். ஒரு சாதாரண கூலித் தொழிலாளியைவிட எவ்விதத்திலும் மேம்பட்டவனாக இல்லாத சாதி இந்து வண்டியோட்டிக்குக்கூட சமூக மதிப்பிருப்பதால், அதன்படி அவன் எல்லா தீண்டப்படாதவர்களை விடத் தன்னை மேலானவனாகக் கருதிக்கொள்கிறான். அந்தத் தீண்டப்படாதவர் பாரிஸ்டர் பட்டம் பெற்ற வழக்கறிஞர் என்றாலும், அவனுக்குப் பொருட்டில்லை.

பகுதி நான்கு

1934-ஆம் ஆண்டில், தாழ்த்தப்பட்ட வகுப்பினர் இயக்கத்தைச் சேர்ந்த சக தோழர்கள், நான் அவர்களோடு உடன்வர ஒப்புக்கொண்டால் ஊர் சுற்றிப்பார்க்க விரும்புவதாகத் தெரிவித்தார்கள். எங்களுடைய பயணத் திட்டத்தில் வெருலில் உள்ள பௌத்த குகைகள் கண்டிப்பாக இடம்பிடிக்க வேண்டும் என்று தீர்மானிக்கப்பட்டது. நான் நாசிக் சென்று சேர வேண்டும், அங்கே கட்சியினர் இணைந்து கொள்வார்கள் எனத் திட்டமிடப்பட்டது. அவுரங்காபாத்தைக் கடந்துதான் வெருலை அடைய இயலும். அது மேன்மைமிக்க நிசாமின் ஆளுகைக்குரிய ஹைதராபாத். முகமதிய அரசின் கீழ்தான் அவுரங்காபாத் இருக்கிறது. நாங்கள் அவுரங்காபாத் செல்லும் வழியில் ஹைதராபாத் ஆளுகைக்கு உட்பட்ட தௌலதாபாத் எனும் இன்னொரு நகரைக் கடக்க வேண்டியிருந்தது. வரலாற்றுச் சிறப்புமிக்க இந்நகர் ஒருகாலத்தில் ராம்தியோ ராய் எனும் புகழ்பெற்ற இந்து மன்னரின் தலைநகராகத் திகழ்ந்தது. தௌலதாபாத் கோட்டை பழம்பெருமை மிக்க வரலாற்றுச் சின்னமாகும். அதன் அருகே சுற்றுலா வருகிற எந்தப் பயணியும் அக்கோட்டையைப் பார்க்க வருவதைத் தவிர்க்கமாட்டார்கள். ஆகவே, எங்கள் கட்சியினரும் தௌலதாபாத் கோட்டையைச் சுற்றிப்பார்ப்பதை தங்கள் பயணத்திட்டத்தில் சேர்த்துக்கொண்டார்கள்.

நாங்கள் சில பேருந்துகள், சுற்றுலாவுக்கான கார்களை வாடகைக்கு அமர்த்திக்கொண்டோம். ஏறத்தாழ முப்பது பேர் இருந்தோம். நாசிக்கில் இருந்து அவுரங்காபாத் செல்லும் வழியில் இருந்த எயோலா நோக்கிப் பயணமானோம். ஒரு தாழ்த்தப்பட்ட சுற்றுலாப் பயணி புறநகர்ப்பகுதிகளில் எதிர்கொள்ளும் சிரமங்களைத் தவிர்க்கும்விதமாக, நாங்கள் எங்களது அடையாளங்களை வெளிப்படுத்திக் கொள்ள விரும்பாமல் பயணிக்க விரும்பினோம். எங்கெல்லாம் தங்கிச் செல்லத் திட்டமிட்டோமோ, அங்குள்ள எம் மக்களுக்கு மட்டும் எங்கள் வருகையைத் தெரியப்படுத்தினோம். நிசாம் அரசின் பல்வேறு கிராமங்கள் வழியாகக் கடந்து சென்றாலும் எம் மக்கள் எங்களைச் சந்திக்க வரவில்லை. தௌலதாபாத்தில் நிலைமை வேறாக இருந்தது. நாங்கள் வருகிறோம் என்று எம் மக்களுக்கு முன்னரே சொல்லியிருந்தோம். எங்களுக்காக அவர்கள் நகரின் நுழைவாயிலிலேயே காத்துக் கொண்டிருந்தனர். அவர்கள் எங்களை இறங்கி தேநீர் அருந்தி, இளைப்பாறிவிட்டுப் பின்னர் கோட்டையைச் சுற்றிப்பார்க்க செல்லுமாறு கேட்டுக்கொண்டார்கள். இந்த யோசனைக்கு நாங்கள் சம்மதிக்கவில்லை. எங்களுக்குத் தேநீர் பருக வேண்டுமென்கிற வேட்கை ஒரு பக்கம் இருந்தாலும், இருட்டுவதற்குள் கோட்டையைச் சுற்றிப்பார்க்கும் அளவுக்கு நேரமிருக்க வேண்டும் என்று கருதினோம். ஆகவே, கோட்டையைச் சுற்றிப்பார்த்து விட்டு திரும்ப வருகையில் தேநீர் பருகுகிறோம் என்று எங்கள் மக்களிடம் தெரிவித்துவிட்டு கிளம்பினோம். அதற்கேற்ப எங்களது ஊர்தி ஓட்டுநரிடம் பயணத்தைத் தொடருமாறு நாங்கள் சொன்னோம். அடுத்த ஓரிரு நிமிடங்களிலேயே கோட்டை வாசலின் முன் இருந்தோம்.

அது ரமலான் மாதம். முகமதியர்கள் நோன்பு நோற்கும் மாதம். கோட்டையின் நுழைவுவாயிலுக்குச் சற்று

வெளியே கழுத்துவரை நீர் நிரம்பி தளும்பிக் கொண்டிருந்த சிறிய குளமொன்று உள்ளது. அதனைச் சுற்றி அகலமான கற்களால் ஆன படித்துறை காணப்படுகிறது. எங்கள் முகங்கள், உடல்கள், ஆடைகள் என்று எல்லாம் நீண்ட பயணத்தால் தூசி படிந்து போயிருந்தன. நாங்கள் அனைவருமே கை, கால்களைக் கழுவிவிட்டுச் செல்ல விரும்பினோம். சில கட்சி உறுப்பினர்கள் சற்றும் சிந்திக்காமல், படித்துறையில் இருந்தபடி தங்கள் முகங்களையும், கால்களையும் குளத்து நீரைக்கொண்டு கழுவினார்கள். இவையெல்லாம் முடிந்தபின்பு கோட்டையின் நுழைவாயிலை எட்டினோம். உள்ளே ஆயுதந்தாங்கிய வீரர்கள் காணப்பட்டார்கள். பெரிய கதவுகளைத் திறந்து, வளைவிற்குள் எங்களை அனுமதித்தார்கள். அங்கே இருந்த காவலரிடம் கோட்டைக்குள் செல்ல எப்படி அனுமதி பெற வேண்டும் என்று கேட்கத் தொடங்கினோம். அதே கணத்தில், வெண்தாடி அலைபாய்ந்து கொண்டிருந்த வயதான முதியவர் பின்னால் இருந்து, "இந்த டேட்கள் (தீண்டப்படாதவர்கள் எனப்பொருள்) குளத்தை அசுத்தமாக்கிட்டாங்க" என்று கத்திக்கொண்டே வந்தார். சீக்கிரமே சுற்றுப்புறத்தில் இருந்த இளவயது மற்றும் வயதான முகமதியர்கள் அவரோடு இணைந்து கொண்டு, "இந்த டேட்களுக்குத் திமிரைப் பாரு. இந்த டேட்கள் அவங்க மதத்தை மறந்துட்டானுங்க (அதாவது தாழ்வானவர்களாக, தரங்கெட்டவர்களாகத் திகழ்வது). இவனுங்களுக்குப் பாடம் புகட்டியே ஆகணும்" என்று எங்களை வசைபாடினார்கள். அவர்கள் எங்களை மிக மோசமாக அச்சுறுத்தும் மனநிலையில் இருந்தார்கள். நாங்கள் ஊருக்குப் புதியவர்கள், உள்ளூரில் பழக்க வழக்கங்கள் தெரியாது என்றோம். அப்போது நுழைவாயிலை வந்தடைந்து இருந்த உள்ளூர் தீண்டப்படாதவர்களை நோக்கி

வெறுப்பு நெருப்பை உமிழத் துவங்கினார்கள். “இந்த வெளியூர் ஆளுங்க கிட்டே இந்தக் குளத்தைத் தீண்டப்படாதவங்க பயன்படுத்தக் கூடாதுனு ஏன் நீங்க சொல்லலை?” என்கிற கேள்வியைத் தொடர்ந்து கேட்டுக்கொண்டே இருந்தார்கள். பாவம் மக்கள்! நாங்கள் குளத்திற்குள் அடியெடுத்து வைத்தபோது அவர்கள் அங்கில்லை. யாரையும் விசாரிக்காமல் நாங்கள் குளத்தைப் பயன்படுத்தியது எங்கள் தவறு மட்டுமே. தாங்கள் ஒன்றும் தவறு இழைக்கவில்லை என்று அவர்கள் எதிர்ப்பை வெளிப்படுத்தினார்கள். முகமதியர்கள் என்னுடைய விளக்கத்தைக் கேட்கத் தயாராக இல்லை. எங்களையும், உள்ளூர் மக்களையும் தொடர்ந்து திட்டிக்கொண்டே இருந்தார்கள். அவர்களின் வசைபாடல் எங்களை ஆவேசம் கொள்ள வைக்கிற அளவுக்குக் கொச்சையானதாக இருந்தது. அங்கே சுலபமாகக் கலவரம் மூண்டு, சில தலைகள் உருண்டிருக்கக் கூடும். நாங்கள் எங்களை ஒருவாறு கட்டுப்படுத்திக் கொள்ள வேண்டியிருந்தது. எங்களுடைய பயணத்தை மொத்தமாக முடிவுக்குக் கொண்டுவரக்கூடிய கிரிமினல் வழக்கொன்றில் சிக்கிக்கொள்ள நாங்கள் விரும்பவில்லை.

கூட்டத்தில் இருந்த ஒரு முஸ்லிம் இளைஞர் தொடர்ந்து அவரவரின் மதக்கட்டளைகளுக்குக் கட்டுப்பட்டு ஒழுக வேண்டும் என்று திரும்பத் திரும்பச் சொல்லிக்கொண்டே இருந்தார். நான் ஓரளவிற்குப் பொறுமை இழந்தவனாக, சற்றே கோபம்மிக்கத் தொனியில், “இதைத்தான் உங்கள் மதம் கற்பிக்கிறதா? தீண்டப்படாத ஒருவன் முகமதியராக மதம் மாறிய பின்பும் அவரை இக்குளத்து நீரை பயன்படுத்த அனுமதிக்க மறுப்பீர்களா?” எனக் கேட்டேன். இந்த நேரடியான கேள்விக்கணைகள் முகமதியர்களிடம் சற்றே மாற்றத்தை ஏற்படுத்தியதாகத் தோன்றியது. அவர்கள் பதிலளிக்காமல், அமைதியாக

நின்றார்கள். நான் காவலரை நோக்கி, அதே சினம்மிக்கத் தொனியோடு, "கோட்டைக்குள் நாங்கள் போகலாமா, போக முடியாதா? நாங்கள் நுழையக்கூடாது என்று சொல்லிவிட்டால் இங்கே நிற்க விரும்பவில்லை" என்றேன். காவலாளி என்னுடைய பெயரைக் கேட்டு, துண்டுக்காகிதத்தில் குறித்துக்கொண்டார். அதனை உள்ளே இருந்த கண்காணிப்பாளரிடம் கொண்டு போய்க் காட்டிவிட்டு வெளியே வந்தார். நாங்கள் கோட்டைக்குள் செல்லலாம், ஆனால், கோட்டைக்குள் எங்கேயும் தண்ணீரைத் தொடக்கூடாது என்றார். அந்த ஆணையை நாங்கள் மீறாமல் இருப்பதை உறுதி செய்யும் வண்ணம் ஆயுதம் ஏந்திய காவலர் ஒருவர் எங்களோடு அனுப்பி வைக்கப்பட்டார்.

இந்துவிற்குத் தீண்டப்படாதவராகத் திகழும் ஒருவர், பார்சிக்கும் தீண்டப்படாதவரே என்பதற்கு ஒரு நிகழ்வை விவரித்தேன். இந்துவிற்குத் தீண்டப்படாதவராகத் தெரியும் ஒருவர், முகமதியருக்கும் தீண்டப்படாதவரே என்பதை மேற்சொன்ன நிகழ்வு புலப்படுத்தியிருக்கும்.

பகுதி ஐந்து

இதே அளவுக்கு அடுத்த நிகழ்வும் தெளிவை ஏற்படுத்தும். இந்நிகழ்வு கத்தியாவரில் உள்ள கிராமத்தைச் சேர்ந்த தீண்டப்படாத ஆசிரியரோடு தொடர்புடைய நிகழ்வாகும். திரு. காந்தி நடத்திவரும் 'யங் இந்தியா'வின் 12 டிசம்பர் 1929 இதழில் இச்செய்தி காணப்படுகிறது. அதில் அப்போதுதான் குழந்தையை ஈன்றிருந்த அவர் மனைவிக்குச் சிகிச்சை வழங்குமாறு இந்து மருத்துவர் ஒருவரைச் சம்மதிக்க வைக்க அவர்பட்ட பாட்டை விவரிக்கிறது. அவரின் மனைவியும், குழந்தையும் போதுமான மருத்துவக் கவனிப்பின்றி இறந்து போனதையும் தெரிவிக்கிறது. அவர் அக்கடிதத்தில்:

"இந்த மாதம் ஐந்தாம் தேதியன்று எனக்கொரு குழந்தை பிறந்தது. ஏழாம் தேதி என் மனைவி உடல்நலமின்றி பேதியால் அவதிப்பட்டார். அவருடைய உடம்பின் களையெல்லாம் வற்றிப்போய், நெஞ்சம் பற்றியெரிய ஆரம்பித்தது. மூச்சுவிடமுடியாமல் கஷ்டப்பட்டார், விலா எலும்பில் கடுமையான வலியால் துடித்தார். நான் டாக்டரை அழைக்கச் சென்றேன். ஆனால், அவர் ஒரு ஹரிஜனின் வீட்டிற்கு வர முடியாது என்றதோடு, குழந்தையைப் பரிசோதிக்கவும் தயாராக இல்லை. நான் அடுத்த ஊரில் இருந்த நகர்சேத், கரசியா தர்பார் சென்று உதவுமாறு மன்றாடினேன். நான் டாக்டருக்கு உரிய இரண்டு ரூபாய்க் கட்டணத்தைத் தந்துவிடுவேன்

என்று நகர்சேத் உறுதியளித்தது. ஒருவழியாக, டாக்டர் வந்து சேர்ந்தாலும், ஹரிஜன் காலனிக்கு வெளியே நின்றே பரிசோதிப்பேன் என்று நிபந்தனை விதித்தார். என்னுடைய மனைவியை அவளுடைய பச்சிளம் குழந்தையோடு காலனியை விட்டு வெளியே அழைத்து வந்தேன். டாக்டர் தன்னுடைய தெர்மாமீட்டரை முஸ்லிம் ஒருவரிடம் தந்தார். அவர் என்னிடம் தர, அதனை நான் மனைவியிடம் கொடுத்தேன். இதே முறையில் தெர்மாமீட்டரை பயன்படுத்திவிட்டுத் திரும்பத் தந்தோம். மணி இரவு எட்டு இருக்கும். டாக்டர் விளக்கு வெளிச்சத்தில் தெர்மாமீட்டரை பார்த்துவிட்டு நோயாளி நிமோனியாவால் பாதிக்கப்பட்டிருப்பதாகத் தெரிவித்தார். அங்கிருந்து அகன்ற டாக்டர் மருந்தை அனுப்பி வைத்தார். பஜாரில் இருந்து ஆளி விதைகளை வாங்கி வந்து நோயாளியின் மீது பூசினேன். இரண்டு ரூபாய் கட்டணத்தைக் கொடுத்து விட்டேன் என்றாலும், மீண்டும் என் மனைவியைப் பார்க்க மறுத்துவிட்டார். இந்நோய் அபாயகரமானது, கடவுள் மட்டுமே எங்களைக் காக்க முடியும் என்று கைவிரித்துவிட்டார்.

என் வாழ்வின் ஒளிவிளக்கு அணைந்து விட்டது. இன்று நண்பகல் இரண்டு மணிக்கு அவள் காலமாகி விட்டாள்."

அந்தத் தீண்டப்படாத பள்ளி ஆசிரியரின் பெயர் தரப்படவில்லை. அந்த டாக்டரின் பெயரும் இடம்பெறவில்லை. தனக்கு எதிராகப் பழிவாங்கும் நடவடிக்கைகள் நிகழக்கூடும் என்று அஞ்சிய ஆசிரியரின் கோரிக்கையின்படியே பெயர்கள் வெளியிடப்படவில்லை. ஆனால், தெரிவிக்கப்பட்டிருப்பவை மறுக்கமுடியாதவை.

எந்த விளக்கமும் தேவையில்லை. நன்றாகக் கல்வி பெற்றிருந்த மருத்துவர் தெர்மாமீட்டரை நோயாளி மீது தானே பயன்படுத்தவும், உயிருக்குப் போராடிக்கொண்டிருக்கும் கவலைக்கிடமான நிலையில்

உள்ள பெண் ஒருவருக்குச் சிகிச்சை அளிக்கவும் மறுத்துவிட்டார். அதனால் அப்பெண் இறந்து போனார். அவரின் மருத்துவத் தொழிலில் பின்பற்ற வேண்டும் என்று உறுதியேற்றுக் கொண்ட பிரமாணத்தைச் சற்றும் உறுத்தலின்றி மனசாட்சியில்லாமல் புறந்தள்ளிவிட்டார். ஓர் இந்து, தீண்டப்படாதவரை தொடுவதை விடவும் மனிதத்தன்மையற்றவராக இருப்பதையே விரும்புவார்.

பகுதி ஆறு

இதைவிடத் தெள்ளத்தெளிவாகப் புரியவைக்கக்கூடிய இன்னொரு நிகழ்வு உள்ளது. மார்ச் 6, 1938 அன்று பம்பாயின் கஸர்வாடி (வுல்லன் மில்ஸ் பின்புறம்) தாதரில் பங்கிகளின் கூட்டமொன்று திரு. இந்துலால் யாஜ்னிக் தலைமையில் நடைபெற்றது. அந்தக் கூட்டத்தில் பங்கேற்ற பங்கி இளைஞர் ஒருவர் தன்னுடைய அனுபவத்தைக் கீழ்கண்ட சொற்களில் விவரித்தார்:

நான் 1933இல் மராத்தி வழி இறுதித்தேர்வில் வெற்றிப் பெற்றேன். நான்காம் வகுப்பு வரை ஆங்கிலம் பயின்றிருக்கிறேன். பம்பாய் மாநகராட்சியின் பள்ளிகளுக்கான நிர்வாகக்குழுவின் கீழ் ஆசிரியராகப் பணியாற்ற விண்ணப்பித்தேன். ஆனால், எந்தக் காலியிடமும் இல்லாததால் எனக்கு வேலை கிடைக்கவில்லை. பின்னர், அகமதாபாத்தில் உள்ள பிற்படுத்த வகுப்பினருக்கான அலுவலரிடம் கிராம தலையாரியாக விண்ணப்பித்தேன். எனக்கு அவ்வேலை கிடைத்தது. 19 பிப்ரவரி, 1936 அன்று, கேடா மாவட்டத்தின் போர்சத் வட்டத்தில் உள்ள மம்லத்தார் அலுவலகத்தில் தலையாரியாக நியமிக்கப்பட்டேன்.

எனது குடும்பம் குஜராத்தைப் பூர்வீகமாகக் கொண்டது என்றாலும், நான் அதற்கு முன்பு வரை குஜராத் சென்றதில்லை. அரசு அலுவலகங்களில் தீண்டாமை கடைபிடிக்கப்படும் என்றும் எனக்குத் தெரியாது.

என்னுடைய விண்ணப்பத்தில் நான் ஹரிஜன் என்பது தெளிவாகக் குறிப்பிடப்பட்டு இருந்ததால், என் அலுவலகச் சகாக்களுக்கு நான் யாரென்று தெரிந்திருக்கும் என்று எதிர்பார்த்தேன். இது இப்படியிருக்க, மம்லத்தார் அலுவலகத்தில் தலையாரியாகப் பணிக்குச் சேர சென்றபோது அங்கே இருந்த எழுத்தரின் போக்கு ஆச்சரியமூட்டுவதாக இருந்தது.

என்னை நோக்கி இகழ்ச்சி ததும்ப, "நீ எந்த ஆளு?" என்று அவர் கேட்டார். நான், "சார், நான் ஒரு ஹரிஜன்" என்றேன். அவர் உடனே, "போ, போய்த் தூரமா தள்ளி நில்லு. என் பக்கத்தில நிக்கற அளவுக்கு உனக்குத் தைரியமா? ஏதோ இந்த ஆபீசில இருக்கே, நீ மட்டும் வெளியே இருந்திருந்தா ஆறு உதை விட்டிருப்பேன். இங்கே வேலை பாக்க உனக்கு எவ்வளவு துணிச்சல் இருக்கணும்" என்றார். அதன் பின்னர், என்னுடைய சான்றிதழ்களையும், தலையாரியாக நியமிக்கப்பட்ட பணி ஆணையையும் அப்படியே தரையில் வீசச் சொன்னார். அதனை அவர் எடுத்துக்கொண்டார். போர்சத்தில் உள்ள மம்லத்தார் அலுவலகத்தில் குடிப்பதற்கு என்று தண்ணீர் தேடுவது பெரும்பாடாக இருந்தது. அலுவலகத்தின் வராண்டாவில் குடிதண்ணீர் நிரப்பப்பட்டக் குவளைகள் இருக்கும். இந்தக் குடிநீர் குவளைகளைப் பார்த்துக்கொள்ள என்றொரு தண்ணீர் ஊழியர் இருந்தார். அலுவலகத்தில் பணியாற்றும் எழுத்தர்களுக்குத் தாகம் எடுக்கும் போதெல்லாம் தண்ணீர் ஊற்றித் தருவது அவரின் வேலை. அவர் இல்லையென்றால், குவளையில் இருந்து நீரை அவர்களே மோந்து குடித்துக் கொள்வார்கள். எனக்கு அது சாத்தியமில்லை. நான் குவளைகளைத் தொடக்கூடாது, நான் தொட்டால் தண்ணீர் தீட்டாகி விடும். அதனால் நீர் கொண்டுவரும் ஊழியரின் தயவை நம்பியே இருக்க வேண்டியிருந்தது. என்னுடைய பயன்பாட்டிற்கு

என்று துருப்பிடித்துப் போன சிறு பானை ஒன்று வைக்கப்பட்டிருந்தது. அதனை என்னைத்தவிர யாரும் தொடவோ, பயன்படுத்தவோ மாட்டார்கள். அந்தப் பானையில்தான் நீர் ஊழியர் எனக்குத் தண்ணீரை தாரை வார்ப்பார். அவர் இருந்தால் மட்டுமே எனக்குத் தண்ணீர் கிடைக்கும். எனக்குத் தண்ணீர் விநியோகிக்க வேண்டும் என்பதை அந்தத் தண்ணீர் ஊழியர் விரும்பவில்லை. நான் தண்ணீருக்காக வருகிறேன் என்று தெரிந்ததும் அவர் கழன்று கொள்வார். இதனால், நான் தண்ணீரின்றித் தவிக்க வேண்டியிருக்கும். இப்படிக் குடிக்க நீரின்றிப் பல நாட்கள் நின்றிருக்கிறேன்.

இதே மாதிரியான கஷ்டங்கள் எனக்கு வீடு பார்ப்பதிலும் ஏற்பட்டன. நான் போர்சத்திற்குப் புதியவன். எனக்கு எந்தச் சாதி இந்துவும் வீட்டை வாடகைக்கு விடமாட்டார். போர்சத்தின் தீண்டப்படாதோரும் எனக்கு வீடு தரத் தயாராக இருக்கவில்லை. எனக்கென்று விதிக்கப்பட்டதை விட மேலான எழுத்தர் பணியில் வாழ நான் முயன்றதால், இந்துக்களின் கோபத்துக்கு ஆளாக நேரிடுமோ என்கிற அச்சத்தில் அவர்கள் இருந்தார்கள். இதைவிட மோசமான பிரச்சினைகள் உணவு சார்ந்து ஏற்பட்டன. எனக்கான உணவை பெறுவதற்கான இடமோ, ஆளோ இல்லை. நான் 'பாஜாக்களை' (Bhajhas) காலையிலும், மாலையிலும் வாங்கிக் கிராமத்திற்கு வெளியே யாருமில்லாத இடத்தில் தின்றுவிட்டு, மம்லத்தார் அலுவலகத்தின் வளாகத்தில் உள்ள வழிப்பாதையில் இரவு படுத்து உறங்குவேன். இப்படியே நான்கு நாட்களைக் கழித்தேன். இவற்றை எல்லாம் தாங்கிக்கொள்ள இயலவில்லை. என்னுடைய மூதாதையரின் கிராமமான ஜென்றாலில் போய் வாழத் துவங்கினேன். அக்கிராமம் போர்சத்தில் இருந்து ஆறு மைல் தொலைவில் இருந்தது. ஒரு நாளைக்கு நான்

பதினொரு மைல் நடக்க வேண்டியிருந்தது. இப்படியே ஒன்றரை மாதத்தைத் தள்ளினேன்.

இதற்குப் பிறகு மம்லத்தார் என்னை வேலை கற்றுக்கொள்ளும் பொருட்டுத் தலையாரி ஒருவரிடம் அனுப்பி வைத்தார்கள். அந்தத் தலையாரி ஜென்றால், காபூர், சாய்ஜ்பூர் உள்ளிட்ட மூன்று கிராமங்களைப் பார்த்துக்கொண்டார். ஜென்றால்தான் அவருடைய தலைமையிடம். அந்தத் தலையாரியோடு ஜென்றாலில் இரண்டு மாதங்கள் கழிந்தது. அவர் எனக்கு எதையும் கற்பிக்கவில்லை. ஒருமுறை கூட நான் கிராம நிர்வாக அலுவலகத்திற்குள் நுழையவில்லை. குறிப்பாக, அந்தக் கிராமத்தலைவர் மிகவும் வன்மம் பாராட்டினார். "அடேய் பயலே, உன்னோட அப்பா, கூடப் பிறந்தவனுங்க எல்லாம் இந்த ஆபீசில் கூட்டிப் பெருக்குற வேலை பாக்குறாங்க. நீ எங்களுக்குச் சமமா இதே ஆபீசில உட்கார பார்க்கிறாயா? பாத்து இருந்துக்கோ, ஒழுங்கா வேலையை விட்டு போயிடு" என்று ஒருமுறை சொன்னார்.

ஒருநாள், தலையாரி என்னை அழைத்து சாய்ஜ்பூர் கிராமத்தின் மக்கள்தொகை அட்டவணையைத் தயாரிக்குமாறு பணித்தார். நான் ஜென்றாலில் இருந்து சாய்ஜ்பூர் நோக்கிப் பயணமானேன். அங்கே கிராம நிர்வாக அலுவலகத்தில் ஊர்த்தலைவரும், தலையாரியும் ஏதோ வேலையில் ஈடுபட்டிருப்பதைக் கண்டேன். அலுவலக வாசல் கதவருகே நின்று, "காலை வணக்கம்" என்று வணங்கினேன். அவர்கள் என்னைக் கண்டுகொள்ளவில்லை. எனக்கு இதென்ன வாழ்க்கை என்று ஏற்கனவே அயர்வாக இருந்தது. இப்படிப் புறக்கணிப்பிற்கும், அவமானத்திற்கும் ஆளாவது என்னை வெகுண்டெழச் செய்தது. நான் அருகில் இருந்த நாற்காலியில் அப்படியே அமர்ந்துவிட்டேன். நான் நாற்காலியில் அமர்ந்திருப்பதைப் பார்த்துவிட்டு

தலைவரும், தலையாரியும் ஒன்றும் சொல்லாமல் அமைதியாகச் சென்றார்கள். சற்று நேரத்தில், மக்கள் வர ஆரம்பித்தார்கள். சீக்கிரமே, பெருங்கூட்டம் என்னைச் சுற்றிக் கூடி விட்டது. அந்தக் கிராமத்தில் உள்ள நூலகத்தின் நூலகரே அக்கூட்டத்திற்குத் தலைமையேற்று இருந்தார். இப்படிப்பட்ட கூட்டத்தை ஒரு படித்த மனிதர் ஏன் திரட்டிக்கொண்டு வரவேண்டும் என்று எனக்குப் புரியவில்லை. பின்னர்தான், அது அவருடைய நாற்காலி என்று தெரியவந்தது. அவர் என்னை மிக மோசமான வார்த்தைகளால் ஏசினார். கிராமத்தின் ராவனியாவை (கிராம ஊழியர்) நோக்கி, “இந்த அழுக்கு பங்கி நாயை எவன்டா என் இடத்தில் உட்கார விட்டது?” என்று கேட்டார். என்னை நாற்காலியை விட்டு ராவனியா இறக்கி, நாற்காலியை எடுத்துக்கொண்டார். நான் தரையில் உட்கார்ந்துவிட்டேன். அதன்பின்பு, அக்கூட்டம் கிராம நிர்வாக அலுவலகத்திற்குள் நுழைந்து என்னைச் சுற்றிக்கொண்டது. அந்த வெறிபிடித்த கூட்டம் கோபம் கொப்பளிக்க நின்றது. சிலர் என்னைத் திட்டித் தீர்த்தார்கள். சிலர் தரியாவால் (கத்தி போன்ற கூர்மையான ஆயுதம்) என்னைக் கண்டந்துண்டமாக வெட்டப்போவதாக மிரட்டினார்கள். நான் என்னை மன்னித்தருள வேண்டுமென்றும், என் மீது இரக்கம் காட்டுமாறும் இறைஞ்சி மன்றாடிக்கொண்டிருந்தேன். அது எதுவும் கூட்டத்தை அசைக்கவில்லை. என்னை எப்படிக் காப்பாற்றிக்கொள்வது என்று எனக்குத் தெரியவில்லை. ஆனால், என்மீது கவிந்திருக்கும் மோசமான நிலை குறித்து மம்லத்தாருக்குக் கடிதம் ஒன்றை வரைந்து, நான் கூட்டத்தால் கொல்லப்பட்டால் என் பிணத்தை எப்படிப் புதைக்க வேண்டும் என்பது குறித்து அதில் எழுதலாம் என்று தோன்றியது. அவர்களுக்கு எதிராக நான் மம்லத்தாரிடம் புகார் தெரிவிக்கிறேன் என்று தெரிந்தால் அவர்களின் கைகள்

கட்டுப்படும் என நம்பினேன். எனக்கு எழுத ஒரு தாளினைத் தருமாறு ராவனியாவை வேண்டினேன். அவர் தந்த தாளில் என்னிடம் இருந்த ஃபவுண்டைன் பேனாவில் எல்லாரும் படிக்க வேண்டும் என்பதற்காகப் பெரிய, பெரிய எழுத்துக்களில் கீழ்கண்டவற்றை எழுதினேன்:

பெறுநர்:

மம்லத்தார்,

போர்சத் வட்டம்.

ஐயா,

பர்மர் காளிதாஸ் சிவ்ராமின் பணிவான வணக்கங்களைத் தயவு செய்து ஏற்றுக்கொள்ளவும். என் மீது மரணத்தின் பிடி இறுகிக்கொண்டிருக்கிறது என்பதைத் தாழ்மையோடு தெரிவித்துக் கொள்கிறேன். என்னுடைய பெற்றோரின் பேச்சைக் கேட்டிருந்தால், இப்படி ஆகியிருக்காது. என்னுடைய மரணத்தைக் குறித்து என்னுடைய பெற்றோருக்கு தெரியப்படுத்தி நன்மை பயக்குமாறு கேட்டுக்கொள்கிறேன்.

நான் எழுதியதை நூலகர் வாசித்தார். உடனே அதைக் கிழித்தெறியும்படி சொன்னார், உடனே அவ்வாறே செய்தேன். என் மீது கணக்கு வழக்கில்லாத வசைமழை பொழிந்தனர். நான் கருணை காட்டுமாறு மன்றாடினேன். இனிமேல் இப்படித் திரும்பவும் நடந்துகொள்ள மாட்டேன் என்றும், வேலையையே விட்டுவிடுவதாகவும் வாக்களித்தேன். மாலை ஏழு மணிக்குக் கூட்டம் கலையும்வரை என்னைப் பிடித்து வைத்திருந்தார்கள்.

அதுவரை தலையாரியும், கிராமத்தலைவரும் வந்து சேரவில்லை. அதன் பின்னர், பதினைந்து நாட்கள் விடுப்பு எடுத்துக்கொண்டு, பம்பாயில் இருந்த என்னுடைய பெற்றோரிடம் திரும்பிவிட்டேன்.

***